എന്റെ മനോരാജ്യങ്ങൾ

(അനുഭവ കഥകൾ)

ente manorajyangal

•

sreekumaran thampi

•

first edition
may 2013

•

second edition
april 2018

•

typesetting & published
chintha publishers, thiruvananthapuram

•

cover
black mole

വിതരണം

ദേശാഭിമാനി ബുക്ക് ഹൗസ്

H O തിരുവനന്തപുരം-695 035
www.chinthapublishers.com
chinthapublishers@gmail.com

ബ്രാഞ്ചുകൾ

ഹെഡ്ഡാഫീസ് ബ്രാഞ്ച് കുന്നുകുഴി • ഓവർബ്രിഡ്ജ് തിരുവനന്തപുരം • കെ എസ് ആർ ടി സി ബസ് സ്റ്റേഷൻ ആലപ്പുഴ • കെ എസ് ആർ ടി സി ബസ് സ്റ്റേഷൻ എറണാകുളം • ഐ ജി റോഡ് കോഴിക്കോട് • കെ എസ് ആർ ടി സി ബസ് സ്റ്റേഷൻ കോഴിക്കോട് • എൻ ജി ഒ യൂണിയൻ ബിൽഡിങ് കണ്ണൂർ • സെൻട്രൽ ബസ് ടെർമിനൽ കോംപ്ലക്സ് താവക്കര കണ്ണൂർ

CR - 1849 / 4628
ISBN - 978-93-83155-14-9

എന്റെ മനോരാജ്യങ്ങൾ

(അനുഭവ കഥകൾ)

ശ്രീകുമാരൻ തമ്പി

ചിന്ത പബ്ലിഷേഴ്സ്
തിരുവനന്തപുരം-695 035

ശ്രീകുമാരൻ തമ്പി

1940 മാർച്ച് 16 ന് ആലപ്പുഴ ജില്ലയിലെ ഹരിപ്പാട് ജനിച്ചു. ഹരിപ്പാട് ഗവ. ബോയ്സ് ഹൈസ്കൂൾ, ആലപ്പുഴ സനാതന ധർമ്മ കോളേജ്, മദ്രാസ് ഐ ഐ ഇ റ്റി, തൃശൂർ ഗവ. എഞ്ചിനീയറിങ് കോളേജ് എന്നിവിടങ്ങളിൽ വിദ്യാഭ്യാസം. പഠനകാലത്തുതന്നെ സാഹിത്യരചനയിൽ സജീവമായി. 1966 ൽ കോഴിക്കോട് അസിസ്റ്റന്റ് പ്ലാനറായിരിക്കേ ഉദ്യോഗം രാജിവച്ച് മുഴുവൻ സമയം കലാസാഹിത്യ രംഗത്ത് തുടർന്നു. ആദ്യ ഗാനരചന *കാട്ടുമല്ലിക* എന്ന സിനിമയ്ക്കു വേണ്ടിയായിരുന്നു. തുടർന്ന് സിനിമയ്ക്കും മറ്റ് മാധ്യമങ്ങൾക്കുമായി മൂവായിരത്തിലധികം ഗാനങ്ങൾ രചിച്ചു. എഴുപത്തി എട്ട് സിനിമകളുടെ തിരക്കഥ എഴുതി. ആദ്യം സംവിധാനം ചെയ്ത ചിത്രം *ചന്ദ്രകാന്തം.* തുടർന്ന് മുപ്പതോളം സിനിമകൾ സംവിധാനം ചെയ്തു. ഇരുപത്തിരണ്ട് ചലച്ചിത്രങ്ങൾ സ്വന്തമായി നിർമിച്ചു. പതിമൂന്ന് ടെലിവിഷൻ പരമ്പരകളുടെ നിർമാതാവും സംവിധായകനുമായി.

മികച്ച ഗാനരചനയ്ക്കുള്ള കേരള സർക്കാരിന്റെ പുരസ്കാരം രണ്ട് തവണ ലഭിച്ചു. കൂടാതെ ഫിലിം-ക്രിട്ടിക്സ് അവാർഡ്, ഫിലിം ഫെയർ അവാർഡ്, കലാരംഗത്തെ സമഗ്രസംഭാവനയ്ക്കുള്ള അമൃത ടി വി അവാർഡ്, സൂര്യ ടി വിയുടെ ലിവിങ് ലെജന്റ് അവാർഡ്, പ്രേംനസീർ പുരസ്കാരം, കവിതയ്ക്കുള്ള ഓടക്കുഴൽ അവാർഡ്, മഹാകവി ഉള്ളൂർ അവാർഡ്, ആശാൻ പ്രൈസ്, കൃഷ്ണഗിരി അവാർഡ്, മൂലൂർ അവാർഡ്, പ്രവാസ കൈരളി പുരസ്കാരം തുടങ്ങിയവ ലഭിച്ചു. സംവിധാനം ചെയ്ത *ഗാനം, മോഹിനിയാട്ടം* എന്നീ സിനിമകൾക്ക് കലാമൂല്യവും പൊതുജനപ്രീതിയുമുള്ള ചിത്രങ്ങൾക്കുള്ള സംസ്ഥാന അവാർഡ് ലഭിച്ചു. കേരള സാഹിത്യ അക്കാദമി, കേരള സംഗീത നാടക അക്കാദമി എന്നിവയുടെ ജനറൽ കൗൺസിൽ അംഗമായിരുന്നിട്ടുണ്ട്. മലയാള ചലച്ചിത്ര പരിഷത്ത്, മലയാളം ഫിലിം പ്രൊഡ്യൂസേഴ്സ് അസോസിയേഷൻ എന്നിവയുടെ വൈസ് പ്രസിഡന്റായിരുന്നു. ദേശീയ ഫീച്ചർ ഫിലിം ജൂറിയിൽ മൂന്ന് പ്രാവശ്യം അംഗമായിരുന്നു. കേരള സംസ്ഥാന ഫീച്ചർ ഫിലിം ജൂറി ചെയർമാനായിരുന്നു.

ഏഴു കവിതാസമാഹാരങ്ങൾ, നാല് നോവലുകൾ, ഒരു കഥാസമാഹാരം, രണ്ട് ചലച്ചിത്ര ഗ്രന്ഥങ്ങൾ, തെരഞ്ഞെടുത്ത 1001 ഗാനങ്ങളടങ്ങിയ *ഹൃദയസരസ്സ്* എന്നിവയാണ് പ്രസിദ്ധീകരിച്ച പുസ്തകങ്ങൾ. *സിനിമ കണക്കും കവിത*യും എന്ന കൃതിക്ക് മികച്ച ചലച്ചിത്രഗ്രന്ഥത്തിനുള്ള ദേശീയ അവാർഡ് ലഭിച്ചു.

ഭാര്യ : രാജേശ്വരി

രണ്ടുമക്കൾ : കവിതയും രാജകുമാരൻ തമ്പിയും.

ഉള്ളടക്കം

നരകവാതിലിലെ നക്ഷത്രദീപ്തി

ഒരു ദിവസത്തെ തപാലിൽ ഉദ്യോഗത്തിനുള്ള മൂന്ന് ഉത്തരവുകൾ ഒരുമിച്ചു വന്നപ്പോൾ അത്ഭുതവും ആഹ്ലാദവുംകൊണ്ട് ഞാൻ വീർപ്പു മുട്ടി. സന്തോഷാധികൃത്താൽ അമ്മയുടെ കണ്ണുകൾ നിറഞ്ഞൊഴുകി. അച്ഛനും ചേട്ടന്മാർക്കും നിറഞ്ഞ സംതൃപ്തി. വീട് ഉത്സവവേദിയായി. പരീക്ഷാഫലമറിഞ്ഞിട്ട് രണ്ടുമാസംപോലുമായിട്ടില്ല. ഭാഗ്യമല്ലാതെന്തു പറയാൻ? ഏതു ഉദ്യോഗമാണ് സ്വീകരിക്കേണ്ടത്? ഞാൻ തല പുകഞ്ഞാലോചിച്ചു.

ഒന്ന്: ഹിമാചൽ പ്രദേശിലെ മരാമത്തുവകുപ്പിൽ ജൂനിയർ എൻജിനീയർ. നിയമനം സുഖവാസ കേന്ദ്രമായ സിംലയിൽ.

രണ്ട്: രാജസ്ഥാൻ കനാൽ പ്രോജക്ടിൽ ജൂനിയർ എഞ്ചിനീയർ. നിയമനം ബിക്കാനീറിൽ.

മൂന്ന് : ചമ്പൽ ഹൈഡൽവാലി പ്രോജക്ടിൽ (മധ്യപ്രദേശ്) ജൂനിയർ എഞ്ചിനീയർ. നിയമനം ഗ്വാളിയോറിനടുത്തുള്ള മുറേന എന്ന പട്ടണത്തിൽ.

കേരളത്തിലെ പ്രധാന പ്രസിദ്ധീകരണങ്ങളിലെല്ലാം എന്റെ കവിതകളും ചെറുകഥകളും നിരന്തരം പ്രത്യക്ഷപ്പെടുന്ന കാലമായിരുന്നു അത്. *ജനയുഗം* ഓണം വിശേഷാൽപ്രതിയിലും വാരികയിലുമായി *എന്റെ കാക്കത്തമ്പുരാട്ടി, കുട്ടനാട്* എന്നീ നോവലുകൾ പരസ്യപ്പെടുത്തി കഴിഞ്ഞിരുന്നു. അടുത്തു താൻ നിർമിക്കുന്ന സിനിമയിൽ ഗാനങ്ങളെഴുതാൻ അവസരം നൽകാമെന്ന് പ്രശസ്ത നിർമാതാവായ പി സുബ്രഹ്മണ്യം (മെരിലാന്റ് സ്റ്റുഡിയോ) വാക്കു തന്നതും അക്കാലത്താണ്. കേരള ഗവൺമെന്റിന്റെ ടൗൺ പ്ലാനിംഗ് വകുപ്പിൽ അസിസ്റ്റന്റ് ടൗൺ പ്ലാനർ തസ്തികയിലേക്കുള്ള ഇന്റർവ്യൂ കഴിഞ്ഞിരുന്നെങ്കിലും ഫലമ

റിഞ്ഞിരുന്നില്ല. വളരെയേറെ ആലോചിച്ചതിനുശേഷം ചമ്പൽ ഹൈഡ്രോ ഇലക്ട്രിക് പ്രോജക്ടിലെ ജോലി സ്വീകരിക്കുവാൻ ഞാൻ തീരുമാനിച്ചു. ഒരു ഇംഗ്ലീഷ് പ്രസിദ്ധീകരണത്തിൽ ചമ്പൽ താഴ്വരയിലെ കൊള്ളക്കാരെക്കുറിച്ച് വന്ന ഒരു ലേഖന പരമ്പര ഞാൻ വായിച്ചിരുന്നു. അതിൽ ഇന്ത്യ അന്നുവരെ കണ്ടിട്ടുള്ളതിൽവച്ച് ഏറ്റവും വലിയ കൊള്ളക്കാരിയായ പുത്‌ലീഭായിയുടെ കഥയുണ്ടായിരുന്നു. ജന്മിമാരും കുത്തകമുതലാളിമാരും അവശവിഭാഗങ്ങളെ അടിമകളാക്കി കരുതുകയും ദ്രോഹിക്കുകയും ചെയ്യുന്നതിനെതിരെ തോക്കെടുത്ത് യുദ്ധം ചെയ്തവരാണ് കൊള്ളക്കാരിൽ പലരുമെന്ന സത്യം ഞാൻ മനസിലാക്കി. പുത്‌ലീഭായി ജനിച്ചുവളർന്ന സ്ഥലമാണ് മുറേന. അവിടെ കുറച്ചുകാലം ജോലിയിലിരുന്നാൽ ആ ധീരയായ സ്ത്രീയെക്കുറിച്ച് കൂടുതൽ പഠിക്കാനും അങ്ങനെ വ്യത്യസ്തമായ ഒരു നോവലെഴുതാനും സാഹചര്യമുണ്ടാകുമെന്നും ഞാൻ വിചാരിച്ചു. ഫോണിലൂടെ ഈ വിവരമറിയിച്ചപ്പോൾ കാമ്പിശ്ശേരിയും എന്നെ പ്രോത്സാഹിപ്പിച്ചു. "നോവൽ മാത്രമല്ല, കൊല്ലപ്പെടുന്ന കീചകന്മാരെക്കുറിച്ചും കൊല്ലുന്ന ഭീമന്മാരെക്കുറിച്ചും ഒരു പരമ്പരതന്നെ നമുക്ക് കാച്ചിക്കളയാം" അദ്ദേഹം പറഞ്ഞു.

ഇന്ത്യയുടെ ഭൂപടം നോക്കി അതിൽ വളരെ ചെറിയ അക്ഷരങ്ങളിൽ അടയാളപ്പെടുത്തിയ 'മുറേന' എന്ന പട്ടണത്തിന്റെ സ്ഥാനം ഞാൻ കണ്ടുപിടിച്ചു. ഗ്വാളിയോറാണ് അടുത്തുള്ള നഗരം. താജ്മഹലിലൂടെ ലോകപ്രസിദ്ധിനേടിയ ആഗ്രയും മുറേനയിൽനിന്ന് അത്ര ദൂരെയല്ല. എനിക്കു സന്തോഷമായി. ഝാൻസിറാണിയുടെ നാടായ ഗ്വാളിയോറും അവിടത്തെ ചരിത്രപ്രസിദ്ധമായ കോട്ടയും താജ്മഹലും കാണാമല്ലോ. അന്ന് എനിക്ക് പരിചിതമായ യാത്രാപഥം വളരെ ചെറുതായിരുന്നു. തെക്കോട്ട് - തിരുവനന്തപുരം വരെ. വടക്കോട്ട് - വിജയവാഡവരെ. കൊച്ചിൻ ടെർമിനലിൽനിന്ന് യാത്ര തുടങ്ങി. മൂന്നു തീവണ്ടികൾ മാറി കയറി ഒരു പ്രഭാതത്തിൽ ഞാൻ മുറേനാ റെയിൽവേ സ്റ്റേഷനിലെത്തി.

അവ്യക്തമായ ഏതോ നൊമ്പരംപോലെ മങ്ങിയ പുലർകാലം. വിടരാൻ മടിക്കുന്ന വെയിൽനാളങ്ങൾ. വൃത്തികെട്ട കെട്ടിടം. യാത്രക്കാരെ സ്വീകരിക്കാൻ അഴുക്കും വിയർപ്പും ദുർഗന്ധവും പൊതിഞ്ഞ സൈക്കിൾറിക്ഷാകൾ മാത്രം. മലയാളത്തിന്റെ സുഗന്ധം മനസിൽ സൂക്ഷിച്ച് ഞാൻ ഒരു ദുർഗന്ധവാഹനത്തിൽ കയറിയിരുന്നു. റിക്ഷാക്കാരൻ വഴി തെറ്റാതെ എന്നെ എക്സിക്യൂട്ടീവ് എഞ്ചിനീയറുടെ ഓഫീസിലെത്തിച്ചു. ഓഫീസ് തുറന്നിരുന്നില്ല. അതുകൊണ്ട് ബഹുമാനപൂർവം ചപ്രാസി (പ്യൂൺ) എന്നെ എന്റെ മേലധികാരിയുടെ ക്വാർട്ടേഴ്സിലേക്കാനയിച്ചു. പോകുന്ന വഴിയിൽ ഒരു സന്തോഷവാർത്ത അറിയിക്കുന്ന മട്ടിൽ അയാൾ പറഞ്ഞു: "ഇ ഇ സാഹിബ് ഭീ മദ്രാസി ഹേ!" (ഇ ഇ സാഹിബും തെക്കേ ഇന്ത്യക്കാരനാണ്.) തെക്കു നിന്നു ജോലിക്കു ചെല്ലുന്ന അധ്വാനശീലരോട് വടക്കുള്ളവർക്ക് നല്ല കുശുമ്പു തോന്നിയിരുന്ന കാലമായിരുന്നു അത്. അതുകൊണ്ട് അത്യാവശ്യ സന്ദർഭങ്ങളിൽ ഒരുമിച്ചു നിൽക്കാൻ

മലയാളം-തമിഴ്-കന്നട-തെലുങ്കു ഭാഷക്കാരും ശ്രദ്ധിച്ചിരുന്നു. കർണാടകക്കാരനായ അശ്വത്ഥപ്പാ ആയിരുന്നു എക്സിക്യൂട്ടീവ് എഞ്ചിനീയർ. അദ്ദേഹവും സഹധർമിണിയും തികഞ്ഞ വാത്സല്യത്തോടെ എന്നെ സ്വീകരിച്ചു. പിന്നീട് മലയാളിയായ ഡ്രാഫ്റ്റ്സ്മാൻ എം എൻ ജി പിള്ള കുടുംബസമേതം താമസിക്കുന്ന ക്വാർട്ടേഴ്സിൽ ഞാനെത്തിച്ചേർന്നു. പിള്ളയെക്കൂടാതെ എബ്രഹാം, ആശാരി തുടങ്ങിയ നാലോ അഞ്ചോ മലയാളികൾ ഓഫീസിലുണ്ടായിരുന്നു. പക്ഷേ, അവരെല്ലാം ഓവർസിയർ, ഡ്രാഫ്റ്റ്സ്മാൻ, ട്രേയ്സർ തുടങ്ങിയ തസ്തികകളിലാണ് ജോലി ചെയ്തിരുന്നത്. മേലധികാരികളുടെ കൂട്ടത്തിൽ മലയാളിയായ ഒരെഴുത്തുകാരൻ വന്നതിൽ അവരെല്ലാം അഭിമാനിച്ചു. എം എൻ ജി പിള്ളയുടെ ചെറിയ ക്വാർട്ടേഴ്സിൽ രണ്ടുദിവസം ഞാൻ അതിഥിയായി കൂടി. ജൂനിയർ എഞ്ചിനീയർക്കുള്ള ക്വാർട്ടേഴ്സൊന്നും ഒഴിവുണ്ടായിരുന്നില്ല. വിവാഹിതർക്കായിരുന്നു അക്കാര്യത്തിൽ മുൻഗണന. അതുകൊണ്ട് ക്യാമ്പസിനു പുറത്ത് ഒരു താമസസ്ഥലം കണ്ടുപിടിക്കാൻ ഞാൻ നിർബന്ധിതനായി.

രണ്ടു സായാഹ്നങ്ങളിൽ ഞാനും എന്റെ മലയാളി സുഹൃത്തുക്കളും മുറേനയിലെ തെരുവായ തെരുവെല്ലാം കയറിയിറങ്ങി. ഒടുവിൽ പട്ടണമധ്യത്തിലെ തിരക്കേറിയ സ്ഥലത്തുള്ള ഒരു പഴയ മൂന്നു നില കെട്ടിടത്തിലെ ഒന്നാം നിലയിലുള്ള ഇടുങ്ങിയ മുറിയിൽ ഞാൻ ചേക്കേറി. പന്ത്രണ്ടു കുടുംബമാണ് ആ കെട്ടിടത്തിൽ കഴിഞ്ഞു കൂടിയിരുന്നത്. ഓരോ നിലയിലും ഓരോ പൊതു കക്കൂസ്. സീവേജ് സൗകര്യമില്ല. ഒരാഴ്ച സംഭരിക്കപ്പെടുന്ന മലം തോട്ടി വലിയ പാട്ടയിൽ ഞായറാഴ്ച തോറും വന്ന് എടുത്തുകൊണ്ടു പോകും. കുളിമുറിയില്ല. നമ്മുടെ നാലുകെട്ടിനു നടുക്ക് നടുമുറ്റമുള്ളപോലെ കെട്ടിടത്തിന്റെ മധ്യത്തിലായി ഒരു പൊതുസ്ഥലമുണ്ട്. അതാണ് കുളിസ്ഥലം. പടികയറുമ്പോഴും ഇറങ്ങുമ്പോഴും സ്ത്രീകൾ അർധനഗ്നരായി നിന്നു കുളിക്കുന്നതു കാണാം. എന്റെ മുറിക്ക് ഒരു വാതിലല്ലാതെ ജനലുകളുണ്ടായിരുന്നില്ല. അതുകൊണ്ട് നിറഞ്ഞ കക്കൂസിൽ നിന്നുയരുന്ന ദുർഗന്ധം എന്നെ വിടാതെ പിന്തുടർന്നു. താമസം തുടങ്ങിയ ആദ്യ പ്രഭാതത്തിൽ ഞാൻ കുളിക്കാനായി താഴേക്കിറങ്ങിച്ചെന്നു. പത്തിരുപത് സ്ത്രീകൾ അവിടെ കൂടി നിൽക്കുകയാണ്. ചിലർ കുളിക്കുന്നു. ചിലർ കുടങ്ങളിൽ ജലം ശേഖരിക്കുന്നു. അവർക്കിടയിലേക്ക് ചെല്ലാൻ ലജ്ജയോ ദുരഭിമാനമോ എന്നെ അനുവദിച്ചില്ല. ചില ചെറുപ്പക്കാരികൾ ഹിന്ദിയിലും പഞ്ചാബിയിലും എന്നെ കളിയാക്കുന്ന മട്ടിൽ എന്തെല്ലാമോ പറഞ്ഞു ചിരിക്കുന്നുണ്ടായിരുന്നു. പെട്ടെന്ന് അവർക്കിടയിൽനിന്ന് ഒരു കൊച്ചു പെൺകുട്ടി മുമ്പോട്ടു വന്ന് എന്റെ കയ്യിലിരുന്ന ബക്കറ്റ് വാങ്ങി പൈപ്പിനടുത്തേക്ക് കൊണ്ടുപോയി. അതിൽ വെള്ളം നിറച്ചു കൂടിനിൽക്കുന്ന വലിയ സ്ത്രീകളോട് ദേഷ്യത്തിൽ സംസാരിച്ചു. അഞ്ചു നിമിഷങ്ങൾക്കകം ആ കൊച്ചു മിടുക്കി എനിക്കു നിന്നു കുളിക്കാനായി ഒരിത്തിരി സ്ഥലമൊരുക്കിത്തന്നു.

അന്നു വൈകിട്ട് ഞാനറിഞ്ഞു. അവൾ എന്റെ അയൽക്കാരിയാണ്. എന്റെ കുടുസ്സു മുറിയോടൊട്ടി നിൽക്കുന്ന ചെറിയ ഫ്ളാറ്റിലാണ് അവളും അച്ഛനും അമ്മയും താമസിക്കുന്നത്. അവളുടെ അച്ഛൻ ലോറി ഡ്രൈവറാണ്. ശ്രീനഗറിൽ നിന്ന് നാസിക്കിലേക്കും തിരിച്ച് ശ്രീനഗറിലേക്കും ചിലപ്പോൾ ഛണ്ഡിഗഡിലേക്കും ചരക്കുകൾ കൊണ്ടുപോകുന്ന കൂറ്റൻ ലോറിയിലെ ഡ്രൈവർ. ആ കെട്ടിടത്തിൽ താമസിക്കുന്ന കുടുംബനാഥന്മാരിൽ അധികംപേരും പഞ്ചാബി സിഖുകളായ ഡ്രൈവർമാരായിരുന്നു. മൂന്നു ദിവസം കഴിഞ്ഞാണ് അവൾ എന്നോട് തന്റെ പേരുപോലും പറഞ്ഞത് - അമൃത്കൗർ.

പായലിന്റെ തരികൾ അങ്ങിങ്ങു വീണ താമരമൊട്ടിനെയോർമിപ്പിച്ചു, ആ കുട്ടിയുടെ മുഖം. ആ കണ്ണുകളിൽ നക്ഷത്രങ്ങൾ ഒളിച്ചിരിക്കുന്നു.

ഒരു ശനിയാഴ്ച ഓഫീസിൽ നിന്നു വന്ന ഞാൻ ആകെ തളർന്ന് എന്റെ കട്ടിലിലേക്ക് വീണു. ചുട്ടുപൊള്ളുന്ന പനി. 'ലൂ' എന്ന ഓമനപ്പേരിലറിയപ്പെടുന്ന തീക്കാറ്റു പറക്കുന്ന വേനൽക്കാലമായിരുന്നു അത്. രാത്രിയിൽ ഞെട്ടിയുണർന്ന ഞാൻ എഴുന്നേൽക്കാൻ ശ്രമിച്ചു. പക്ഷേ, ദേഹം അനങ്ങുന്നില്ല. പ്രകൃതിയുടെ വിളിയുയരുന്നു. ദുർഗന്ധമുറി എനിക്കായി കാത്തു കിടക്കുന്നു. പക്ഷേ, ചലിക്കാനാവുന്നില്ല. ആ രാത്രിയും ഞായറാഴ്ചയും കടന്നുപോയി. തിങ്കളാഴ്ച എന്നെ ഓഫീസിൽ കാണാതിരുന്നപ്പോൾ എന്റെ സുഹൃത്തുക്കൾ ഞാൻ ഗ്വാളിയോർ കോട്ടയോ, താജ്മഹലോ കാണാൻ പോയതാവുമെന്ന് ധരിച്ചു. ഞാൻ അഗ്നിയായി മാറി- ദാഹമടക്കാൻ വയ്യ. തിങ്കളാഴ്ച ഉച്ചതിരിഞ്ഞ സമയം. ജനാലകളില്ലാത്ത എന്റെ കുടീന്റെ ഏകവാതിലിൽ ആരോ ആഞ്ഞു തട്ടുന്ന ശബ്ദം. എന്റെ മൃതശരീരം ഞാൻ തന്നെ ചുമക്കുന്നതുപോലെ മെല്ലെയെഴുന്നേറ്റ് ഞാൻ വാതിൽക്കലെത്തി. വളരെ പ്രയാസപ്പെട്ട് കതകുതുറന്നു. രണ്ടു കൊച്ചു നക്ഷത്രങ്ങൾ സഹതാപത്തോടെ എന്നെ നോക്കുന്നു... അധികം വൈകാതെ അമൃതിന്റെ അമ്മ എനിക്കു ചൂടു ചായയുമായെത്തി. ഏതോ ഇല അരച്ചുണ്ടാക്കിയ മരുന്ന് മറ്റൊരു ഗ്ലാസിൽ. അപ്പോഴാണ് ആ നല്ല സ്ത്രീയുടെ മുഖം ഞാൻ ആദ്യമായി കണ്ടത്. രണ്ടുദിവസം അമൃത്കൗർ എന്റെ കട്ടിലിന്റെ കാൽക്കൽ കാവലിരുന്നു. എന്റെ ശുദ്ധ ഹിന്ദി അവൾക്ക് പലപ്പോഴും മനസിലായിരുന്നില്ല. പഞ്ചാബി കലർന്ന ഗ്രാമ്യഭാഷയായിരുന്നു അവൾക്കു വശം. എങ്കിലും ഞങ്ങൾ ആശയങ്ങൾ കൈമാറി. ഏഴു വയസ്സു കഴിഞ്ഞിട്ടും അവൾ സ്കൂളിൽ പോകാൻ തുടങ്ങിയിട്ടില്ലെന്ന അറിവ് എന്നെ അത്ഭുതപ്പെടുത്തി. കേരളത്തിൽ ജനിക്കുന്ന പെൺകുട്ടികൾ എത്ര ഭാഗ്യവതികൾ!

അറുപത് ദിവസം മാത്രമേ ഞാൻ മുറേനയിലെ ഓഫീസിൽ ഉദ്യോഗത്തിലിരുന്നുള്ളൂ. അതിനിടയിൽ കോഴിക്കോട് അസിസ്റ്റന്റ് ടൗൺ പ്ലാനറായി നിയമിച്ചുകൊണ്ടുള്ള ഉത്തരവ് എന്നെ തേടിവന്നു. എന്റെ രാജി സ്വീകരിക്കാൻ മധ്യപ്രദേശ് ഇറിഗേഷൻ വകുപ്പിലെ അന്നത്തെ ചീഫ്

എഞ്ചിനീയറായിരുന്ന വൈ ജി മാനേ എന്ന വലിയ മനുഷ്യൻ തയാറായില്ല. അദ്ദേഹം മുറേനയിലെ ഇൻസ്പെക്ഷൻ ബംഗ്ലാവിൽ വന്ന് എന്നെ വിളിപ്പിച്ച് സംസാരിച്ചു, "നീ പോകരുത് മകനേ, ഒരിക്കൽ എന്റെ കസേരയിലെത്തേണ്ടവനാണ് നീ..."

ഞാൻ അദ്ദേഹത്തെ അനുസരിച്ചില്ല. മലയാള കവിതയും മലയാള സിനിമയെക്കുറിച്ചുള്ള സ്വപ്നവും എന്റെ അമ്മയുടെ വാത്സല്യവും എന്നെ തിരിച്ചു വിളിച്ചു.

യാത്ര പറയുമ്പോൾ അമൃത്കൗറിന്റെ കണ്ണുകൾ നിറഞ്ഞു. അഗ്നി തന്നെയാണ് ജലം എന്നു ഞാനറിഞ്ഞു. ഒരു വാക്കുപോലും അവൾ ഉരിയാടിയില്ല. എന്റെ ശുദ്ധ ഹിന്ദിയും അമൃത്കൗറിന്റെ പഞ്ചാബി കലർന്ന ഗ്രാമ്യഹിന്ദിയും പരാജയപ്പെടുകയും ലിപിയില്ലാത്ത സ്നേഹത്തിന്റെ ഭാഷ വിജയിക്കുകയും ചെയ്തു. അമൃതിന്റെ അമ്മ അവരുടെ വളരെ പതിഞ്ഞ സ്വരത്തിൽ പറഞ്ഞു: "വീട്ടിലെത്തിയാൽ അമ്മയോട് എന്റെ സ്നേഹത്തെപ്പറ്റി പറയുക."

ആദ്യമായും അവസാനമായും ആ സ്ത്രീ എന്നോട് പറഞ്ഞ വാക്കുകളാണവ. അസഹ്യമായ ദുർഗന്ധത്തോടു വിട പറഞ്ഞ് പടിയിറങ്ങിയപ്പോൾ നടുമുറ്റത്തെ ബഹളം നിലച്ചു. സ്ഥിരമായി എന്നെ കളിയാക്കുന്ന ചെറുപ്പക്കാരികൾ നിശ്ശബ്ദരായി. തിരിഞ്ഞു നോക്കിയപ്പോൾ ഞാൻ കണ്ടു, രണ്ടു നക്ഷത്രങ്ങൾ പടിയിറങ്ങി വരുന്നു. എന്റെ കണ്ണുകളും നനഞ്ഞു. പെട്ടെന്ന് അവൾ തിരിച്ചു പടികൾ കയറി അപ്രത്യക്ഷയായി.

ഞാൻ അമൃത്കൗറിനോട് വിടപറഞ്ഞിട്ട് നാലു പതിറ്റാണ്ടുകൾ കഴിഞ്ഞിരിക്കുന്നു. നീയിപ്പോൾ എവിടെയാണ് കുട്ടീ? അമ്പതു വയസ്സിനോടടുത്ത നീ ഇപ്പോൾ അമ്മൂമ്മയായി കഴിഞ്ഞിരിക്കാം. മധ്യപ്രദേശിലോ പഞ്ചാബിലോ ഉള്ള ഒരു ഗ്രാമത്തിലോ നഗരത്തിലോ നീയും നിന്റെ അമ്മയെപ്പോലെ ഒരു ലോറി ഡ്രൈവറുടെ ഭാര്യയായി ജീവിക്കുകയാണോ? അതോ എന്റെ വാക്കുകളിലെ ഊർജം നുകർന്ന് നീ പഠിച്ചു മിടുക്കിയായി ഉയർന്ന ഉദ്യോഗത്തിലെത്തിയോ? സ്വന്തമായി ബിസിനസ് ചെയ്യുന്നുവോ?

എവിടെയാണെങ്കിലും നിന്റെ കണ്ണുകളിലെ നക്ഷത്രദീപ്തിയിൽ എന്റെ വാത്സല്യത്തിന്റെ കിരണങ്ങളുമുണ്ട്. ലിപിയില്ലാത്ത വിശ്വഭാഷയുടെ പ്രകാശം.

അമ്മയുടെ താരാട്ടുകൾ

അമ്മ പാടിയ താരാട്ടുകളാണ് എന്റെ മനസിൽ ആദ്യമായി കവിതയുടെയും സംഗീതത്തിന്റെയും പൊടിപ്പുകൾ സൃഷ്ടിച്ചത്. എന്റെ അമ്മ ഭവാനിക്കുട്ടിത്തങ്കച്ചി മനോഹരമായി പാടുമായിരുന്നു. ഞങ്ങളുടെ തറവാട്ടിലെ പെൺകുട്ടികളെല്ലാം ഇളംവയസിൽത്തന്നെ സംഗീതപഠനം തുടങ്ങുന്ന പതിവുണ്ടായിരുന്നു. എന്നാൽ അവരുടെ കലാചാതുരി നാലുകെട്ടിനുള്ളിലും ധനുമാസത്തിലെ തിരുവാതിര നാളിൽ കുടുംബത്തിലെ പെൺമനസുകൾ ഒത്തുചേരുന്ന കൈകൊട്ടിക്കളിയുടെ അവതരണത്തിലും ഒതുങ്ങിനിന്നു. ഭർത്താക്കന്മാരെ സന്തോഷിപ്പിക്കാനും കുഞ്ഞുങ്ങളെ ഉറക്കാനും മാത്രം അവർ പാടി. കലയെ സ്നേഹിച്ചിരുന്നെങ്കിലും കല ഉപജീവനമാക്കിയവരോട് അത്ര വലിയ ആദരവൊന്നും എന്റെ കുടുംബത്തിലെ മുതിർന്നവർ പ്രകടിപ്പിച്ചിരുന്നില്ല. അതുകൊണ്ട് എന്റെ അമ്മയ്ക്കോ അമ്മയുടെ അമ്മയായിരുന്ന കുഞ്ഞികുട്ടിതങ്കച്ചിക്കോ അവരുടെ പ്രതിഭ തറവാടിന്റെ നാലതിരുകൾക്കു വെളിയിലേക്ക് പ്രസരിപ്പിക്കാൻ അവസരമുണ്ടായില്ല. എന്റെ അമ്മച്ചി (മുത്തശ്ശി) സംസാരിക്കുന്നതിനിടയിൽ നിമിഷകവിതകൾ രചിക്കുമായിരുന്നു എന്ന് അമ്മ പറഞ്ഞു കേട്ടിട്ടുണ്ട്. അമ്മച്ചിയുടെ ഒരു സഹോദരി കവിത രചിക്കുകയും അത് സ്വയം ചിട്ടപ്പെടുത്തി പാടുകയും ചെയ്യുമായിരുന്നു. ഭാര്യയുടെ പ്രതിഭാവിലാസത്തിൽ അവരുടെ ഭർത്താവായിരുന്ന നമ്പൂതിരിക്ക് ഒട്ടും ആനന്ദിക്കാൻ കഴിഞ്ഞില്ല. കാവ്യരചനയും ആലാപനവും തുടരാൻ പാടില്ലെന്ന് അദ്ദേഹം ഭാര്യയോട് ആജ്ഞാപിച്ചു. പക്ഷേ, ആ അമ്മച്ചിക്ക് പാടാതിരിക്കാൻ കഴിയുമായിരുന്നില്ല. ഭർത്താവ് വിവാഹബന്ധം വേർപെടുത്തി സ്വജാതിയിൽപ്പെട്ട അന്തർജനത്തെ വിവാഹം കഴിച്ചു. ഭർത്താവുമായി പിരിഞ്ഞ വേദനയിൽ അവർ മനോരോഗിയായി മാറി. ഞങ്ങളുടെ പ്രധാന വീടുകളിലൊന്നായ പുന്നൂർമഠത്തിന്റെ പുരയിടത്തിൽ ഒരു തെങ്ങിൻ

ചുവട്ടിൽ ബന്ധനസ്ഥനായി കിടന്ന് ഋതുഭേദങ്ങളുടെ ലാളനയും താഡനവുമേറ്റ് പാടിപ്പാടി അവർ മൺമറഞ്ഞു. ഇരയിമ്മൻതമ്പിയുടെ മകളായ കുട്ടികുഞ്ഞുതങ്കച്ചിയെപ്പോലെ പ്രശസ്തയാകേണ്ടിയിരുന്ന ആ തേജസ്വിനി ആരുമാരുമറിയാതെ വിസ്മൃതിയിലാണ്ടു. മേൽപ്പറഞ്ഞ രണ്ടു അമ്മച്ചിമാരും ഞാൻ ജനിക്കുന്നതിനുമുമ്പു തന്നെ അന്തരിച്ചിരുന്നു. അതുകൊണ്ട് ആ മുഖങ്ങൾ കാണാനോ അവരുടെ സ്വരമാധുര്യം ആസ്വദിക്കാനോ എനിക്കു ഭാഗ്യമുണ്ടായില്ല.

എന്റെ ജ്യേഷ്ഠന്മാരെ ഉറക്കാൻ അമ്മ പാടിയിരുന്ന താരാട്ടുകൾ തന്നെയാണ് പിൽക്കാലത്ത് ഞാനും എന്റെ അനുജത്തിയും ഏറ്റവും ഇളയ അനുജനും കേട്ടത്. ആരോഗ്യമില്ലാത്ത കുട്ടിയായിരുന്നതുകൊണ്ട് അനുകമ്പയുടെ അമൃതവും അമ്മയുടെ ഹൃദയത്തിൽനിന്ന് എന്നിലേക്കൊഴുകി.

"ഓമനത്തിങ്കൾ കിടാവോ നല്ല
കോമളത്താമരപ്പൂവോ..."

എന്ന ഇരയിമ്മൻതമ്പിയുടെ അനശ്വരഗാനത്തിലെ മുഴുവൻ വരികളും അമ്മയ്ക്ക് ഹൃദിസ്ഥമായിരുന്നു. അതേസമയം താരാട്ടുകളല്ലാത്ത പാട്ടുകളും എന്നെ ഉറക്കാനായി അമ്മ പാടിയിരുന്നു.

കണ്ണനുണ്ണി കരയരുതേ
നീയിനിവേഗം
ഉണ്ണുവാനിരിക്കസുമതേ
വെണ്ണനെയ്യും പാലും കൂട്ടി
അന്നമിതു ഞാനുരുട്ടി
ഏട്ടനെക്കാൾ മുമ്പേയുരുള
കിട്ടുവാനായി പോരൂ കുട്ടീ..

എന്നിങ്ങനെയുള്ള സരളകോമള പദാവലിയിലൂടെയാണ് ആനന്ദഭൈരവി രാഗത്തിന്റെ തേനലകൾ ആദ്യമായി എന്റെ ഇളം ഭാവനയെ പുണർന്നത്.

അമ്മയുടെ താവഴിയുടെ വേരുകൾ കോലസ്വരൂപത്തിലാണുള്ളത്. കോലത്തുനാട്ടിലെ രാജാവായിരുന്ന ഉദയവർമ്മയുടെ ആജ്ഞ അനുസരിച്ചാണല്ലോ മഹാകവി ചെറുശ്ശേരി *കൃഷ്ണഗാഥ* രചിച്ചത്. കോലത്തുനാട്ടരചന്റെ ധർമദൈവങ്ങളായ ചെറുകുന്ന് അന്നപൂർണേശ്വരി, കടലായി കൃഷ്ണൻ, കരളിവാതിൽക്കൽ ഭഗവതി, മാടായിക്കാവിലമ്മ എന്നിവരെക്കുറിച്ചുള്ള സ്തുതികളും അമ്മയുടെ താരാട്ടുകളിൽ ഉൾപ്പെട്ടിരുന്നു.

"മണ്ണുതിന്നീടുന്നതെന്തിന്നു
ചൊല്ലുണ്ണീ
വെണ്ണയും പാലും ഞാൻ
താരാഞ്ഞിട്ടോ?
ചോറില്ലയാഞ്ഞോ
മറ്റെന്തില്ലയാഞ്ഞു നീ

ചൊൽവശനല്ലെന്നു
വന്നുകൂടി
ശീലക്കേടിങ്ങനെ
ചാലെ നീ കാട്ടുമ്പോൾ
കോലുകൊണ്ടേയിനി
ചോദിക്കുള്ളൂ."

എന്നിങ്ങനെയുള്ള കൃഷ്ണഗാഥയിലെ വരികൾ ഇന്നും എനിക്കു മനഃപാഠമാണ്. 'തരാഞ്ഞിട്ടോ' എന്നത് നീട്ടിപ്പാടാനായി 'താരാഞ്ഞിട്ടോ' എന്നാക്കിയിരിക്കുന്നതും മറ്റും ശ്രദ്ധിച്ചാൽ മലയാള ഭാഷയുടെ വികാസപരിണാമങ്ങളുടെ ആദ്യ ചലനങ്ങൾ കാണാം. 'ഇല്ലയാഞ്ഞോ' (ഇല്ലാത്തതിനാലോ) ചൊൽവശൻ (പറഞ്ഞാൽ കേൾക്കുന്നവൻ) എന്നീ പ്രയോഗങ്ങളും ശ്രദ്ധിക്കുക.

കോലസ്വരൂപത്തിലെ അംഗങ്ങൾ പല ശാഖകളായി പിരിഞ്ഞ് പല സ്ഥലങ്ങളിലും (ചന്ദ്രഗിരിപ്പുഴയ്ക്കും കണ്ണൂരിനുമിടയിൽ) താമസിച്ചിരുന്നു. ആ കോവിലകങ്ങളിലൊന്നാണ് മാടായി എന്ന സ്ഥലത്തുള്ള ചെങ്ങക്കോവിലകം. ഈ കോവിലകത്തെ ഒരു തമ്പുരാട്ടിയെപ്പറ്റി ഒരു നാടൻപാട്ടുണ്ട്. ഇതും എന്നെ ഉറക്കാനായി അമ്മ പാടുമായിരുന്നു. എട്ടു വരികൾ മാത്രമുള്ള ഒരു മധുരഗീതം.

"മാടായിത്തിരുച്ചെങ്ങക്കോലോത്തെ
മാണിക്കത്തമ്പാട്ടി പൂവിരന്നു
പൂവിരന്നമ്മേയാ
മാണിക്യത്തമ്പാട്ടി
പൂക്കൈനിറയെ
ഞാൻ പൂ കൊടുത്തു
പൂച്ചന്തം കണ്ടിട്ടോ
പൂനിറം കണ്ടിട്ടോ
എന്തമ്മേ തമ്പാട്ടി പൂവിരന്നു?
പൂച്ചന്തം കണ്ടല്ല
പൂനിറം കൊണ്ടല്ല
പൂമണം കൊണ്ടിട്ടാ
പൂവിരന്നേ...?

കോവിലകത്തെ തമ്പുരാട്ടിക്കു താൻ പൂകൊടുത്ത കാര്യം സന്തോഷത്തോടെ പുഷ്പകജാതിയിൽപ്പെട്ട ഒരു അമ്പലവാസി പെൺകുട്ടി പാടുകയാണ്. ഈ വരികളിൽനിന്ന് പ്രചോദനമുൾക്കൊണ്ട് ഒരു പ്രണയയുഗ്മഗാനം ഞാനെഴുതുകയുണ്ടായി. ആ പാട്ടിന് ഈണം പകർന്നതും ഞാൻ തന്നെയാണ്.

"പൂനിറം കൊണ്ടോടി വന്നു മാണിക്യതമ്പാട്ടി
പൂരവിളക്കായ് പൂത്തുനിന്നു മാണിക്യതമ്പാട്ടി.."

(സിനിമ - *ബന്ധുക്കൾ ശത്രുക്കൾ*)

ഇരയിമ്മൻതമ്പിയും ഉണ്ണായിവാര്യരും രചിച്ച കഥകളിപ്പദങ്ങളും കുട്ടികുഞ്ഞുതങ്കച്ചിയും മച്ചാട്ട് ഇളയതും രചിച്ച തിരുവാതിരപ്പാട്ടുകളും താരാട്ടുകളായി എന്റെ ഇളംമനസിലേക്കൊഴുകിയെത്തി.

*ഉത്തരാസ്വയംവരം കഥകളി*യിലെ വരികളും, *നളചരിത*ത്തിലെ 'സാമ്യമകന്നോരുദ്യാന'വും മറ്റും എനിക്ക് കഥകളിയുടെ ഉത്തുംഗമേഖലയിലേക്കു കടക്കാനുള്ള പ്രവേശനകവാടങ്ങളായി. കുട്ടികുഞ്ഞുതങ്കച്ചിയുടെ *ശിവരാത്രി മാഹാത്മ്യം* തിരുവാതിരപ്പാട്ടും മച്ചാട്ടു കൈമളിന്റെ *ഗോപികാഗീത* വുമൊക്കെ അമ്മ എന്നെ ഉറക്കാനുള്ള താരാട്ടുകളാക്കി. *സന്താനഗോപാലം* കൈകൊട്ടിക്കളിപ്പാട്ടിലെ ചില വരികളുടെ അർഥമാറാഞ്ഞതിന് ഒരിക്കൽ അമ്മയുടെ കൈയിൽനിന്ന് പൊതിരെ തല്ലും വാങ്ങിക്കൂട്ടി.

"ഏവം സമാശ്വസിപ്പിച്ചു തൻ പത്നിയെ
ഭൂമിസുരൻ നടന്നുചെന്നു.
ദേവകീനന്ദനൻ
പാദങ്ങൾ വന്ദിച്ചു
സാവധാനം പറഞ്ഞാൻ
ഇന്ദിര തന്നുടെ കൊങ്കകളാകുന്ന
കുന്നുകളിലുമപ്പോൾ ചാർത്തും
ഇന്ദ്രനീല മണിമാലയാകും ഭവാൻ
ഇന്നിതു കണ്ടതില്ലേ-"

ജനിച്ച കുഞ്ഞുങ്ങളെല്ലാം അന്തരിച്ച ദുഃഖത്തിൽ ബ്രാഹ്മണൻ കൃഷ്ണനോടു ചോദിക്കുന്ന ചോദ്യം.

"കൊങ്കകളാകുന്ന കുന്നുകൾ"

ഏതുതരം കുന്നുകളാണെന്നായിരുന്നു എന്റെ നിഷ്കളങ്കമായ ചോദ്യം. 'അധികപ്രസംഗീ' എന്നു വിളിച്ച് അമ്മ എന്നെ പൊതിരെ തല്ലി. മേലുനൊന്തപ്പോൾ 'കൊങ്കകൾ' എന്ന വാക്കിന്റെ അർഥമറിയാൻ എനിക്ക് സ്നേഹിതന്മാരെ ആശ്രയിക്കേണ്ടിവന്നു. എന്റെ അമ്മ എന്നെ ഉറക്കാനും ശരീരവേദന വരുമ്പോൾ എന്നെ ആശ്വസിപ്പിക്കാനും വേണ്ടി എത്രയോ പാട്ടുകൾ പാടി. ആസ്ത്മയുടെ ആധിക്യത്തിൽ ശ്വാസംവിടാൻ പ്രയാസപ്പെടുന്ന പത്തുവയസുകാരനെ തോളിൽ കിടത്തി നാലുകെട്ടിലെ നടുമുറ്റത്തിനു ചുറ്റും പ്രദക്ഷിണമായി നടന്ന് ഉറക്കം ഊഞ്ഞാലാടുന്ന സ്വന്തം കണ്ണുകളെ നിയന്ത്രിച്ച് അമ്മ പാടി. ആ രാത്രികളുടെ സാന്ത്വന സംഗീതം ഞാനെങ്ങനെയാണു മറക്കുക. അമ്മ എനിക്കു വേണ്ടി പാടിയ വരികൾതന്നെ എന്റെ രണ്ടു മക്കളെ ഉറക്കാൻ ഞാനും പാടി. അപൂർവമായി ലഭിക്കുന്ന അനുകൂലാവസരങ്ങളിൽ എന്റെ രണ്ടു വയസുകാരിയായ തന്മയ, ഒന്നരവയസുകാരിയായ വരദ എന്നീ കൊച്ചുമക്കളെ ഉറക്കാനും ഞാൻ അമ്മയുടെ താരാട്ടുകളെ ആശ്രയിക്കുന്നു. ഒരേയൊരു തവണ അമ്മയെ ഉറക്കാനായി ഞാനും ഒരു താരാട്ടുപാട്ടു പാടി, അമ്മ അന്ത്യനിദ്രയിൽ ലയിച്ചപ്പോൾ!

"ജന്മം കടം രക്തദുഗ്ധം
കടം, നാവിൽ
നിൻ വിരൽ തേച്ച പൊൻ
തേൻകണത്തിൽ പൂത്ത
സംഗീതവും, അമ്മയെന്ന
വാക്കിൽ നിന്നു
മിന്നിത്തെളിഞ്ഞൊരെൻ
വാങ്മയവാക്യം."

പ്രസവത്തിലൂടെ പെൺമക്കൾക്ക് അമ്മയോടുള്ള കടം വീട്ടാൻ കഴിയും. എന്നാൽ ആൺമക്കൾ അമ്മയുടെ മുമ്പിൽ എന്നും അധമർണർ തന്നെ. ഡി സി ബുക്സ് പ്രസിദ്ധീകരിച്ച എന്റെ ഏറ്റവും പുതിയ കവിതാസമാഹാരത്തിന്റെ പേര് ഈ കവിതയുടെ പേരാണ് -

അമ്മയ്ക്കൊരു താരാട്ട്.

ഉണങ്ങിപ്പോയ ഓലത്തത്തമ്മകൾ

പുത്തൻ പെണ്ണുമായി വാസു വടക്കേ മുറ്റത്തുവന്നു. "തമ്പുരാട്ടീ.." എന്നു നീട്ടി വിളിച്ചു. അമ്മ അടുക്കളയിൽ നിന്നിറങ്ങിവന്നു. വാസുവിന്റെ പിറകിൽ തലകുനിച്ച് ലജ്ജയുടെ വസന്തംപോലെ നിന്ന ഇരുനിറമാർന്ന സുന്ദരിയെനോക്കി അമ്മ പറഞ്ഞു: "എടാ വാസു, നിന്റെ പെണ്ണിനു നല്ല ചന്തമുണ്ടല്ലോ, നീ ഭാഗ്യവാനാ. പക്ഷേ ഒരു കാര്യം, നീയവളെ നല്ലതു പോലെ നോക്കണം, വിഷമിപ്പിക്കരുത്."

മിതഭാഷിയായ വാസു തലകുലുക്കിയതേയുള്ളൂ. ഉള്ളിൽ നിറഞ്ഞു തുളുമ്പിയ അഭിമാനം അവന്റെ ചുണ്ടിൽ പാതിവിടർന്ന ഒരു പുഞ്ചിരിയായി. മുറ്റത്തെ തൈത്തെങ്ങിൽനിന്ന് തെങ്ങോല കീറിയെടുത്ത് പന്തുണ്ടാക്കിത്തരാൻ ഞാൻ വാസുവിനോടു പറഞ്ഞു. അമ്മ നവദമ്പതികൾക്ക് ഇഡ്ഡലിയും കാപ്പിയും ഇലയിലെടുത്തുവെച്ചു.

"കാക്ക കൊത്താതെ നോക്ക്. ഞാൻ കൊച്ചു തമ്പുരാന് പന്തുണ്ടാക്കി കൊടുക്കട്ടെ" വാസു ഭാര്യയോടു പറഞ്ഞു. ചൂടാറാത്ത ഇഡ്ഡലിയിൽ കൊതിയോടെ ഏറുകണ്ണിട്ടു നോക്കിക്കൊണ്ട് വാസു ക്ഷണനേരത്തിൽ എനിക്ക് നല്ല വടിവൊത്ത ഓലപ്പന്തുണ്ടാക്കിത്തന്നു. പന്തും കൊണ്ട് ഞാൻ നാലുകെട്ടിനുചുറ്റും ഓടുന്നതിനിടയിൽ വാസുവും ഭാര്യയും ഇഡ്ഡലിയും കാപ്പിയും കഴിച്ചു. എച്ചിലില അകലെയുള്ള തെങ്ങിൻ ചുവട്ടിലിട്ട് കൈ കഴുകി. വാസുവിന്റെ ഭാര്യ വീണ്ടും നാണത്തിന്റെ വർണമണിഞ്ഞു. അലക്കിയെടുത്ത ഒരു നേര്യതും മുണ്ടും നവവധുവിന് സമ്മാനമായി നൽകി അമ്മ ചോദിച്ചു:

"എന്താ നിന്റെ പേര്?"

"ജാനമ്മ."

"എത്ര വയസ്സായി നിനക്ക്?"

"പതിനാറ്."

"വാസുവിനു പ്രായം ഇരുപത്തൊന്ന്, ചേരും." അമ്മ അഭിനന്ദനം രേഖപ്പെടുത്തി.

"മുലകുടിക്കുന്ന പ്രായം മുതല് വാസു ഈ തറവാടിന്റെ പരിസരത്താ വളർന്നത്. പാവം ചെറുക്കനാ. എനിക്കവൻ മോനെപ്പോലെയാ" അമ്മ പറഞ്ഞു. ജാനമ്മ തികഞ്ഞ അത്ഭുതത്തോടെ മുഖമുയർത്തി അമ്മയെ നോക്കി. മുണ്ടിന്റെ തുമ്പുയർത്തി വാസു നിറഞ്ഞ കണ്ണുകൾ തുടച്ചു. പിന്നീട് ഭാര്യയുടെ കണ്ണുകളിൽ ഉറ്റുനോക്കി. 'ഞാനാരാണെന്ന് നിനക്ക് മനസിലായോ' എന്നായിരുന്നു ആ നോട്ടത്തിന്റെ അർഥം.

അമ്മ എന്നും അങ്ങനെയായിരുന്നു. എന്റെ രണ്ടു വല്യമ്മമാരും ജാതിവ്യവസ്ഥയെ മുറുകെപ്പിടിച്ചു പെരുമാറിയപ്പോഴും അമ്മ ചേച്ചിമാരറിയാതെ പഴമയുടെ ബന്ധനങ്ങൾ രഹസ്യമായെങ്കിലും പൊട്ടിച്ചെറിഞ്ഞു. താഴ്ന്ന ജാതിയിൽപ്പെട്ട തൊഴിലാളി സ്ത്രീകൾ പ്രസവം കഴിഞ്ഞ് അമ്പത്തിയാറാം നാൾ കൈകുഞ്ഞുമായി അമ്മയെ കാണാൻ വരുമായിരുന്നു. വടക്കേ വീട്ടിലേക്കു ദൃഷ്ടിപായിച്ച് വല്യമ്മ മുറ്റത്തെങ്ങുമില്ലെന്ന് ഉറപ്പുവരുത്തിയിട്ട് അമ്മ ആ പിഞ്ചുകുഞ്ഞിനെ കൈയിലെടുത്ത് നാലുകെട്ടിനകത്തുകൊണ്ടുവരും. പഞ്ചസാരയും പാലും തേനും ശർക്കരയുമൊക്കെ നാക്കിൽ തൊട്ടു കൊടുക്കും.

സ്വന്തം കുഞ്ഞിനെയെന്നവണ്ണം അതിനെ ലാളിക്കും. ഒരു ദിവസം അമ്മയുടെ അകന്ന ബന്ധത്തിൽപ്പെട്ട ഒരു സഹോദരിയുടെ മകൾ ഈ കാഴ്ച നേരിൽ കണ്ടു. ആകാശം ഇടിഞ്ഞു വീണ മട്ടിൽ ഉപ്പാപ്പ (മൂത്ത സഹോദരിയെ ഞങ്ങളുടെ തറവാട്ടിലെ ആണുങ്ങൾ 'ഉപ്പാപ്പ' എന്നാണു വിളിക്കുന്നത്) അമ്മയെ കുറ്റപ്പെടുത്താൻ തുടങ്ങി. അമ്മ കുറച്ചുകൂടി ആവേശത്തോടെ കുട്ടിയെ മാറോടമർത്തിപ്പറഞ്ഞു:

"കുഞ്ഞുങ്ങൾ ദൈവങ്ങളാണു പൊന്നമ്മേ. ദൈവത്തിനു ജാതിയില്ല." ദേഷ്യത്തിൽ എന്തൊക്കെയോ പിറുപിറുത്തുകൊണ്ട് ഉപ്പാപ്പ പൂമുഖത്തു നിന്നു ചാടിയിറങ്ങി കൈകൊട്ടിക്കളിയുടെ ചടുലതാളത്തിൽ തെക്കോട്ടു നടന്നുപോയ ദൃശ്യം വിവിധ ഷോട്ടുകളായി എന്റെ സ്മരണയുടെ തിരശ്ശീലയിൽ ഇപ്പോഴും ഓടിക്കൊണ്ടിരിക്കുന്നു. അമ്മയുടെ സമഭാവന നിറഞ്ഞ പെരുമാറ്റരീതികൊണ്ടായിരിക്കാം, ജന്മിത്വം തകർന്ന് നാമാവശേഷമായി. ഞങ്ങൾ ദാരിദ്ര്യത്തിന്റെ വക്കുവരെയെത്തിയിട്ടും തലമുറകളായി ഞങ്ങൾക്കുവേണ്ടി പണിയെടുത്തിരുന്ന തൊഴിലാളികൾ അമ്മയെ വിട്ടുപോകാൻ കൂട്ടാക്കിയില്ല. ഈ ഹൃദയബന്ധം യഥാർഥത്തിൽ ഇല്ലായ്മയുടെ കാലത്ത് ഞങ്ങൾക്ക് വല്ലാത്ത ബാധ്യതയായി ത്തീർന്നു എന്നു പറയാം. ആ കൂട്ടത്തിൽപ്പെട്ട ഒരു കുടുംബമായിരുന്നു വാസുവിന്റെ കുടുംബം. വാസുവിന്റെ അമ്മയായിരുന്നു എന്റെ കുട്ടിക്കാലത്ത് ഞങ്ങളുടെ മുറ്റം വൃത്തിയാക്കിയിരുന്നത്. 'പെണ്ണ്' എന്നാണ് അവരെ അമ്മ വിളിച്ചിരുന്നത്. വാസുവിന്റെ മൂത്ത സഹോദരി നാണിയായിരുന്നു അമ്മയുടെ പേഴ്സണൽ സെക്രട്ടറി. എല്ലാ രഹസ്യങ്ങളും അമ്മ നാണിയോടു പറയുമായിരുന്നു. വീട്ടുവിശേഷങ്ങളും നാട്ടുവിശേ

ഷങ്ങളും നാണി അമ്മയോടും പറയും. ഉരൽപ്പുരയിലായിരുന്നു നാണിക്കു ജോലി. നെല്ലുകുത്തുക, അരിപൊടിക്കുക, ഇഞ്ച ചതച്ചെടുക്കുക തുടങ്ങിയ പണികളെല്ലാം നാണിയാണു ചെയ്തിരുന്നത്. ചില ദിവസങ്ങളിൽ നാണിയോടൊപ്പം ജാനമ്മയും വരും. വാസു ഇതിനോടകം അറപ്പു ജോലി പഠിച്ചു കഴിഞ്ഞിരുന്നു. തടിയറക്കുമ്പോൾ മരത്തിനുമുകളിൽ നിൽക്കുന്നത് വാസുവായിരുന്നു. പക്ഷേ, ജോലിയില്ലാത്ത ദിവസങ്ങളിൽ വാസു ഞങ്ങളുടെ വീടിനു ചുറ്റുമുണ്ടാവും. മലക്കറിക്കൃഷി നോക്കും. മരിച്ചീനിക്കും നനകിഴങ്ങിനുമൊക്കെ വളമിടും. അമ്മ കൊടുക്കുന്ന ഭക്ഷണം കഴിക്കും. അറയിലെ പത്തായത്തിൽ നെല്ലുണ്ടെങ്കിൽ വൈകിട്ട് കൂലിയായി രണ്ടിടങ്ങഴി നെല്ലു കൊടുക്കും. ചിലപ്പോൾ അതിനുപകരം കാൽരൂപയായിരിക്കും കൊടുക്കുക. ആ ചെറിയ നാണയം കാതിൽ ചൊരുകി വെച്ച് വാസു നടന്നുപോകും.

വാസുവിന് ഓലകൊണ്ട് പന്തുണ്ടാക്കാനേ അറിയൂ. പക്ഷേ, ജാനമ്മ കത്തികൊണ്ട് ഓല പല രീതികളിൽ മുറിച്ചു പാകപ്പെടുത്തി എനിക്കു തത്തമ്മയെയും നീണ്ട വാലുള്ള ഓലവാലൻകിളിയെയുമൊക്കെ ഉണ്ടാക്കിത്തരാൻ തുടങ്ങി. സുന്ദരിയായ ജാനമ്മയുടെ കൈവിരലുകൾ ഓലക്കീറുകളെ പ്രണയിക്കുന്നത് അസൂയയോടെ വാസു നോക്കിയിരിക്കും. കലാസൃഷ്ടി പൂർത്തിയായിക്കഴിയുമ്പോൾ ജാനമ്മ തന്റെ കൈയിലിരിക്കുന്ന കൗശലവസ്തുവിലേക്കും ഭർത്താവിന്റെ മുഖത്തേക്കും മാറിമാറിനോക്കും. എന്നിട്ട് ഒരു കുസൃതിച്ചിരി ചിരിക്കും. വാസു അവളെ തല്ലാൻ കൈയോങ്ങുന്നതായി ഭാവിക്കും ഇരുവരും പൊട്ടിച്ചിരിക്കും. നാണിയ്ക്ക് ഇതൊന്നും ഇഷ്ടമായിരുന്നില്ല. അവൾ ജാനമ്മയെക്കുറിച്ച് വളരെ മോശമായി സംസാരിക്കാൻ തുടങ്ങി.

നാണിയ്ക്ക് നാത്തൂനോടുള്ള വിരോധം ഏറിയേറി വന്നു. കാലിനു സ്വാധീനമില്ലാത്ത ഒരു മകനെ സമ്മാനമായി നൽകിയിട്ട് നാണിയുടെ ഭർത്താവ് ഉപേക്ഷിച്ചു പോയിട്ട് വർഷം നാലഞ്ചു കഴിഞ്ഞു. അവളെങ്ങനെയാണ് സഹോദരന്റെ ദാമ്പത്യത്തിന്റെ സൗന്ദര്യം ആസ്വദിക്കുക? പതുക്കെപ്പതുക്കെ കുളക്കടവിലും അമ്പലപ്പറമ്പിലുമൊക്കെ പെണ്ണുങ്ങളുടെ കുശുകുശുപ്പുയർന്നു.

"അറിഞ്ഞോ നമ്മടെ വാസുവിന്റെ അച്ചി പെഴയാ. മഹാ പെഴ. കല്യാണം കഴിഞ്ഞിട്ട് നാലുമാസം. വയറ്റിലും നാലുമാസം....."

എന്റെ അമ്മ നാണിയെ ഉപദേശിച്ചു. "എടീ.. അങ്ങനെ സംഭവിക്കാം. അതുകൊണ്ട് അവളുടെ വയറ്റിൽ വളരുന്ന കുട്ടി വാസുവിന്റേതല്ലെന്നു പറയരുത്."

"അതെങ്ങനാ തമ്പുരാട്ടീ, പത്തുമാസം കഴിഞ്ഞാലല്ലേ പ്രസവിക്കാൻ പറ്റത്തൊള്ളൂ."

നാണിയെ തിരുത്താൻ അമ്മ പരമാവധി ശ്രമിച്ചുനോക്കി.

"അങ്ങനെയല്ല നാണീ.. വിവാഹം കഴിഞ്ഞുള്ള ഒമ്പതാം മാസത്തിലും പ്രസവിക്കാം." നാണി വിശ്വസിച്ചില്ല. ക്രമേണ ജാനമ്മ കുടി

ലിനു പുറത്തോട്ടിറങ്ങാതായി. അവൾ എനിക്കുണ്ടാക്കി തന്ന ഓലത്തത്തയും ഓലവാലൻകിളിയും ഉണങ്ങിപ്പോയി. വാസു വല്ലപ്പോഴും പന്തു മാത്രം ഉണ്ടാക്കി തന്നു.

ഏഴാം മാസത്തിൽ ജാനമ്മയുടെ അച്ഛനും അമ്മയും ചെന്നിത്തലയിൽനിന്നു വന്ന് അവളെ പ്രസവത്തിനു കൂട്ടിക്കൊണ്ടുപോയി. അച്ഛനമ്മമാരോടൊപ്പം ബസ് സ്റ്റാൻഡിലേക്കു പോകുന്ന വഴി ജാനമ്മ അമ്മയെ കാണാൻ വന്നു. അവൾ ഒരുപാടു നേരം കരഞ്ഞു. അമ്മ അവളെ ആശ്വസിപ്പിച്ചു. അഞ്ചിടങ്ങഴി നെല്ല് ഒരു വട്ടിയിലാക്കി കൊടുത്തത് ജാനമ്മയുടെ അച്ഛൻ വണക്കത്തോടെ വാങ്ങി.

വിവാഹം കഴിഞ്ഞ് ഒമ്പതാം മാസത്തിൽ ജാനമ്മ ഒരാൺകുട്ടിയെ പ്രസവിച്ചു. കുട്ടി വാസുവിന്റേതല്ലെന്ന് അവന്റെ വീട്ടുകാർ വിധിയെഴുതി.

“നീ കൊച്ചിനെ കാണാൻ പോയാൽ പിന്നെ ഈ വീട്ടിൽ കാലുകുത്തരുത്.” വാസുവിന്റെ വീട്ടുകാർ കൽപ്പിച്ചു. വാസു കൂടുതൽ മൗനിയായി. അവൻ തടിയറക്കാൻ പോകാതായി. വല്ലപ്പോഴും വീട്ടിൽ വരും. അമ്മ കൊടുക്കുന്ന ഭക്ഷണം കഴിക്കും.

“നീ പോയി അവളേം കൊച്ചിനേം വിളിച്ചോണ്ടുവാ. എന്നിട്ട് വേറൊരു കുടിലുവെച്ച് പ്രത്യേകം താമസിക്ക്” അമ്മ പറഞ്ഞു.

വാസു പാവമായിരുന്നു. അമ്മയെയും പെങ്ങളെയും രോഗിയായ അച്ഛനെയും എതിർക്കാനുള്ള ധൈര്യമവനുണ്ടായില്ല. ഒരുദിവസം വാസു അപ്രത്യക്ഷനായി. അപ്പോഴും നാണിയും പെണ്ണും ജാനമ്മയെ പഴിപറഞ്ഞു.

“അവൾടെ ചന്തംകാരണം ഞങ്ങടെ ചെറുക്കന്റെ ജീവിതം തൊലഞ്ഞു.'' രണ്ടോ മൂന്നോ വർഷങ്ങൾക്കുശേഷം രോഗിയായി വാസു തിരിച്ചു വന്നു. മുറ്റത്തു വന്നു നിന്ന വാസുവിന്റെ രൂപംകണ്ട് അമ്മ ഞെട്ടിപ്പോയി. അവൻ എല്ലുംതോലും മാത്രമായി മാറിക്കഴിഞ്ഞിരുന്നു. ഭക്ഷണം കഴിക്കുന്നതിനിടയിൽപ്പോലും വാസു നിറുത്താതെ ചുമച്ചു. ഹരിപ്പാട് സുബ്രഹ്മണ്യക്ഷേത്രത്തിലെ ചിത്തിര ഉത്സവകാലം, കൊട്ടും മേളവും ഗ്രാമത്തെ ഇളക്കി മറിക്കുന്ന കാലം, വാസുവിന്റെ ചലനമറ്റ ശരീരം തഴപ്പായയിൽ പൊതിഞ്ഞ് കുഴിച്ചിടുന്നത് നിറമിഴികളോടെ ഞാൻ നോക്കി നിന്നു.

വർഷങ്ങൾക്കുശേഷം മണ്ണാറശ്ശാല ആയില്യം തൊഴാൻ വന്ന ഒരു തടിച്ച സ്ത്രീ പത്തോ പന്ത്രണ്ടോ വയസ്സ് തോന്നിക്കുന്ന ആൺകുട്ടിയോടൊപ്പം അമ്മയെ കാണാനെത്തി. ഹൈസ്കൂൾ വിദ്യാഭ്യാസം കഴിഞ്ഞ് ഞാൻ ആലപ്പുഴ സനാതന ധർമകോളേജിൽ പ്രീ യൂണിവേഴ്സിറ്റി ക്ലാസിൽ പഠിക്കുന്ന സമയം. വടക്കേമുറ്റത്ത് ഉരലിന്മേലിരുന്നു ചിരിക്കുന്ന സ്ത്രീയെ ചൂണ്ടിക്കാട്ടി അമ്മ എന്നോടു ചോദിച്ചു:

“ഇവളെ നിനക്കറിയാമോ?”

“സൂക്ഷിച്ചു നോക്ക്” സംശയിച്ചു നിന്ന എന്നോട് അമ്മ വീണ്ടും പറഞ്ഞു.

“നീയീ കൊച്ചന്റെ മുഖത്തു നോക്കു മോനേ, ഇവൻ നമ്മുടെ വാസു തന്നെയല്ലേ.”

“അതെ....ഇത് ഒരു കൊച്ചു വാസു തന്നെ...” അടുത്തു നിൽക്കുന്ന സ്ത്രീ ജാനമ്മയാണെന്ന് ആ ചിരി എന്നെ ബോധ്യപ്പെടുത്തി. ഞാൻ അവളുടെ കഥയെഴുതി.

എന്റെ അച്ചടിക്കപ്പെട്ട ആദ്യ നോവലായ *കാക്കത്തമ്പുരാട്ടി*യിലെ നായിക ഇതേ ജാനമ്മയാണ്. എന്റെ മുപ്പതാം വയസിൽ *കാക്കത്തമ്പു രാട്ടി* ചലച്ചിത്രമായി. എന്റെ മാനസിക ഗുരുവായ പി ഭാസ്കരനായി രുന്നു സംവിധായകൻ. ശാരദ ജാനമ്മയെ അവതരിപ്പിച്ചു.

ഇന്ന് വാസുവിനെയും ജാനമ്മയെയും ഓർമിക്കുമ്പോൾ ഞാൻ അഞ്ചു വയസുകാരനായി മാറും.

ഓലത്തത്തമ്മകളും ഓലവാലൻകിളികളും ജീവൻ വെച്ച് എന്റെ ചുറ്റിനും പറക്കും.

വാർധക്യം നാണിച്ചു തലകുനിക്കും. കാലം തന്നെയല്ലേ കാലൻ?

കമ്പിളി നാരങ്ങയുടെ മധുരം

മരുമക്കത്തായത്തിൽനിന്നും മക്കത്തായത്തിലേക്കുള്ള പരിവർത്തനം നടന്നുകഴിഞ്ഞാണ് ഞാൻ ജനിച്ചത്. എങ്കിലും പഴയ ചിട്ടവട്ടങ്ങളിൽനിന്നും വിട്ടുപോരാൻ എന്റെ തറവാട് വൈമുഖ്യം കാട്ടിയിരുന്നു. അതിന്റെ ഗുണവും ദോഷവും എന്റെ ബാല്യത്തെ സ്വാധീനിച്ചു. വിവാഹം കഴിഞ്ഞാൽ വധുവിനെ വരന്റെ വീട്ടിലേക്കയയ്ക്കുന്ന പതിവ് ഞങ്ങളുടെ കുടുംബത്തിലുണ്ടായിരുന്നില്ല. അങ്ങനെ ചെയ്താൽ അത് വധുവിന്റെ തടവാടിന് അപമാനകരമാകും എന്നാണ് എന്റെ മുൻതലമുറയിലുള്ളവർ വിശ്വസിച്ചിരുന്നത്. അതുകൊണ്ട് ഞാൻ ജനിച്ചതും വളർന്നതും അമ്മവീട്ടിലാണ്. അച്ഛൻ ഞങ്ങളോടൊപ്പമായിരുന്നു താമസം. അമ്മയുടെ സഹോദരിമാരുടെയോ സഹോദരന്റെ മക്കളുടെയോ വീടുകളിൽ പോകുമ്പോൾ അവ ബന്ധുവീടുകളാണെന്ന ചിന്ത ഞങ്ങൾക്ക് മാനസികോന്മേഷം നൽകിയിരുന്നു. അതേസമയം അച്ഛന്റെ തറവാട് ഞങ്ങൾക്കെന്നും അന്യമായിരുന്നു. അച്ഛന്റെ ബന്ധുക്കളുടെ പെരുമാറ്റത്തിലെ തണുപ്പ് ഞങ്ങളെ എന്നും അവരിൽനിന്ന് അകറ്റി നിർത്തി. വിവാഹം, മരണം, അപകടം തുടങ്ങിയ കാര്യങ്ങൾക്കു മാത്രമേ ഞങ്ങൾ അച്ഛൻവീട് സന്ദർശിച്ചിരുന്നുള്ളൂ എന്നു പറഞ്ഞാൽ എന്റെ മക്കൾക്കുപോലും അത്ഭുതം തോന്നിയേക്കാം. എന്നാൽ സത്യമതായിരുന്നു.

മാവേലിക്കരയ്ക്കും ചെറിയനാടിനും ഇടയ്ക്കുള്ള 'തോനയ്ക്കാട്' എന്ന കുഗ്രാമത്തിലായിരുന്നു അച്ഛന്റെ തറവാട്. കായംകുളം രാജാവ് 'താങ്കൾ' സ്ഥാനം നൽകി ആദരിച്ച പുത്തൂർ കുടുംബം. ഞാൻ ജനിക്കുമ്പോൾ പുത്തൂർ തറവാട് പല ശാഖകളായി പിരിഞ്ഞു കഴിഞ്ഞിരുന്നു. ജന്മിത്വത്തിന്റെ എല്ലാ ന്യൂനതകളുമുള്ളവരായിരുന്നു എന്റെ അച്ഛന്റെ ബന്ധുക്കൾ. വിദ്യാഭ്യാസം ചെയ്ത് ഉയർന്ന നിലയിലെത്തണമെന്ന മോഹമോ ജീവിതത്തെക്കുറിച്ച് പ്രത്യേക കാഴ്ചപ്പാടുകളോ

അവർക്കുണ്ടായിരുന്നില്ല. ആ കുടുംബത്തിൽ മദ്രാസ് മെട്രിക്കുലേഷൻ ജയിച്ച ആദ്യ വ്യക്തി എന്റെ പിതാവായിരുന്നു. കുട്ടിക്കാലത്തുതന്നെ അച്ഛനെ നഷ്ടപ്പെട്ട അദ്ദേഹം അമ്മാവന്മാരുടെ നിഴലിലാണ് വളർന്നത്. അച്ഛന്റെ രണ്ട് അമ്മാവന്മാരും വിവാഹം കഴിച്ചിരുന്നില്ല. വിവാഹിതരായാൽ തറവാട്ടു സമ്പത്ത് അന്യവീടുകളിലേക്ക് പോകുമോ എന്ന ഭയമായിരുന്നു അവർക്ക്. നൂറുകണക്കിന് പുരയിടങ്ങളും നിലങ്ങളും പുത്തൂർ കുടുംബത്തിനു സ്വന്തമായുണ്ടായിരുന്നു. അടിമകളെപ്പോലെ പണിയെടുത്തിരുന്ന കർഷകത്തൊഴിലാളികൾ പുലയസമുദായത്തിൽപ്പെട്ടവരായിരുന്നു. അവരുടെ നേതാവായ തലപ്പുലയൻ ചാത്തൻ സ്നേഹസമ്പന്നനായിരുന്നു. അയാളും മക്കളും കുടിലുകൾകെട്ടി താമസിച്ചിരുന്ന വിശാലമായ പുരയിടത്തിന് 'ചാത്തേക്കുറ്റി' എന്നായിരുന്നു പേര്. തെറ്റിപ്പൂക്കൾ വിടർന്നു നിൽക്കുന്ന കുറ്റിക്കാടുകളുടെ കേദാരമായിരുന്നു ചാത്തേക്കുറ്റി. കുറച്ചു സ്ഥലത്ത് മരിച്ചീനികൃഷിയുണ്ട്, ബാക്കിയെല്ലാം വിജനം.

കൗമാരകാലത്തുതന്നെ അച്ഛൻ മാതുലന്മാരുടെ ഏകാധിപത്യ പ്രവണതയെ എതിർത്തു. അങ്ങനെ അദ്ദേഹം കുടുംബത്തിലെ റിബലായി മാറി. അക്കാലത്ത് കുടുംബത്തിന്റെ യാഥാസ്ഥിതിക രീതികളെ ചോദ്യം ചെയ്യുന്നവന് 'വഴി പിഴച്ചവൻ' എന്നായിരുന്നു പേര്. അച്ഛനെ നേർവഴിക്കു കൊണ്ടുവരാൻ അമ്മാവന്മാർ പല അടവുകളും പ്രയോഗിച്ചു നോക്കി. പരാജയപ്പെട്ടപ്പോൾ അച്ഛനെക്കൊണ്ട് വിവാഹം കഴിപ്പിച്ചു. അങ്ങനെയാണ് തന്റെ ഇരുപത്തൊന്നാം വയസിൽ അച്ഛൻ ഭാര്യവീട്ടിൽ താമസം തുടങ്ങിയത്.

ധനത്തിനു മാത്രം പ്രാധാന്യം നൽകിയിരുന്ന കുടുംബമായിരുന്നു അച്ഛന്റേത്. ബ്രാഹ്മണർക്ക് ഊട്ടുകൊടുക്കുന്നതിനായി ഒരു വലിയ ഭാഗം പുഞ്ചനിലം എഴുതിക്കൊടുത്ത പാരമ്പര്യമായിരുന്നു അമ്മയുടെ കുടുംബത്തിന്റേത്. ധനത്തെക്കാൾ വിദ്യയും ത്യാഗവുമാണ് ഉയർന്നതെന്ന് അവർ വിശ്വസിച്ചു. മുപ്പത്തിയൊമ്പതാം വയസിൽ അകാലചരമമടയുന്നതിന് മുമ്പ് കാർത്തികപ്പള്ളി നിയോജക മണ്ഡലത്തിൽ നിന്ന് (ഇന്നത്തെ ഹരിപ്പാട് മണ്ഡലം) ശ്രീമൂലം അസംബ്ലിയിലേക്ക് തിരഞ്ഞെടുക്കപ്പെട്ടയാളാണ് അമ്മയുടെ മൂത്ത സഹോദരനായ പത്മനാഭൻ തമ്പി. അദ്ദേഹം ദന്തഡോക്ടറും നല്ല ചിത്രകാരനുമായിരുന്നു. ഹരിപ്പാട് ടൗൺ ഹാൾ പണിയുന്നതിനും ക്ഷേത്രത്തിൽ വേലകളി നടക്കുന്ന 'വേലക്കുളം' വെട്ടിക്കുന്നതിനും മുൻകൈയെടുത്ത വ്യക്തി. ഭൂമി എഴുതി വിറ്റുകിട്ടിയ പണംകൊണ്ടാണ് അമ്മാവൻ ജനസേവനം നടത്തിയത്.

രണ്ടു വ്യത്യസ്ത സംസ്കാരങ്ങളുടെ അപൂർവ സംഗമമായിരുന്നു അമ്മയുടെ ദാമ്പത്യം. അതുകൊണ്ട് ആശയസംഘട്ടനങ്ങൾ അനിവാര്യമായിരുന്നു. സ്ത്രീയുടെ 'സ്വത്വം' കാത്തുസൂക്ഷിക്കണമെന്ന നിർബന്ധബുദ്ധി അമ്മയ്ക്കുണ്ടായിരുന്നു. സാംസ്കാരികമായി താരതമ്യേന താഴ്ന്ന കുടുംബത്തിലാണ് താൻ ജനിച്ചതെന്ന അപകർഷതാബോധം

അച്ഛനെ അലട്ടിയിരിക്കണം. വിവാഹത്തിനുമുമ്പുതന്നെ മദ്യപാനം ശീലിച്ചിരുന്ന അച്ഛൻ ക്രമേണ ആ കലയിൽ അനന്യസുന്ദരമായ പാടവം പ്രകടിപ്പിച്ചു തുടങ്ങി. അധികം താമസിയാതെ അച്ഛൻ മനോരോഗിയായി മാറി. എന്റെ ബാല്യം കണ്ണീർക്കടലിൽ മുങ്ങി. രോഗം മാറുന്ന സമയത്ത് അച്ഛൻ അങ്ങേയറ്റം സ്നേഹസമ്പന്നനായിരിക്കും. "നീയും മക്കളും എന്റെ വീട്ടിൽ വന്നു താമസിച്ചാലേ എനിക്കെന്റെ ഭാഗം ചോദിക്കാൻ കഴിയൂ" - അച്ഛൻ അമ്മയോടു പറയും. സംസ്കാരത്തിന്റെ നിലവിളക്കെരിയുന്ന വീട്ടിൽനിന്ന് അതിനു തികച്ചും വിപരീതമായ ഇരുട്ടറകളിലേക്കു താമസം മാറ്റാൻ അമ്മ തയാറായില്ല. അച്ഛനും അമ്മയും തമ്മിലുള്ള മത്സരം അനുസ്യൂതമായി തുടർന്നു. അതിനിടയിലെപ്പോഴോ ബന്ധുക്കൾ അമ്മയുടെ മനസ്സ്മാറ്റി. ഒരു പരീക്ഷണമെന്നനിലയിൽ രണ്ടോ മൂന്നോ മാസക്കാലം അച്ഛന്റെ വീട്ടിൽപ്പോയി താമസിക്കാമെന്ന് അമ്മ സമ്മതിച്ചു.

എന്നാൽ ഞങ്ങൾക്ക് ആത്മാർഥമായ ഒരു സ്വീകരണം അവിടെ ലഭിച്ചില്ല. മനോരോഗിയായ അമ്മാവന്റെ ഭാഗംകൂടി തട്ടിയെടുക്കാൻ പദ്ധതിയിട്ടിരുന്ന അച്ഛന്റെ അനന്തരവൾ ശത്രുതയുടെ അഗ്നി ചിതറുന്ന നോട്ടമെറിഞ്ഞ് ഞങ്ങളെ തളർത്തി. അച്ഛൻവീട്ടിലെ ഭക്ഷണരീതികളുമായും ഞങ്ങൾക്ക് ഒത്തുപോകാൻ സാധിച്ചിട്ടില്ല. പ്രഭാതഭക്ഷണത്തിനായി ദോശയും ഇഡ്ഡലിയും വെള്ളയപ്പവും ഓട്ടടയും കൊഴുക്കട്ടയും പുട്ടും മാറിമാറി കഴിച്ചുകൊണ്ടിരുന്ന ഞങ്ങൾക്ക് രാവിലെ കഞ്ഞിയും പുഴുക്കും കൊണ്ട് തൃപ്തിപ്പെടേണ്ടിവന്നു.

ഉച്ചയ്ക്ക് ഒരുമണിക്കുമുമ്പ് ഊണുകഴിക്കുന്ന പതിവുമാറ്റി വൈകിട്ട് മൂന്നുമണിവരെ വിശന്നിരിക്കേണ്ടിവന്നു. ആ ഭാഗങ്ങളിൽ ഉച്ചഭക്ഷണത്തിന് 'പകലത്തേക്ക്' എന്നാണ് പേര്. പറഞ്ഞുപറഞ്ഞ് 'പോലത്തേക്കാ' യിമാറി. ഒരു മണിയാകുമ്പോൾ വിശന്നിരിക്കുന്ന ഞങ്ങളെ അമ്മ നിറകണ്ണുകളോടെ നോക്കും. ഞങ്ങൾ താമസിച്ചിരുന്ന കളരീക്കൽ വീട്ടിന്റെ മുന്നിൽ നിന്ന രണ്ട് കമ്പിളിനാരകങ്ങളിൽ നിറയെ പഴുത്ത നാരകങ്ങൾ ഉണ്ടായത് അത്യാഹ്ലാദത്തോടെ ഞങ്ങൾ കണ്ടു. വിശക്കുമ്പോൾ നാരകങ്ങൾ പറിച്ചെടുക്കാൻ മുൻകൈയെടുത്തിരുന്നത് കൊച്ചേട്ടനാണ്. തോടുപൊളിച്ച് മധുരമുള്ള അല്ലികൾ വയർ നിറയെ കഴിക്കും. പിന്നെ 'പോലത്തേക്ക്' ആർക്കുവേണം.

തോനയ്ക്കാട്ടെ താമസം വളരെ പെട്ടെന്നുതന്നെ അമ്മ അവസാനിപ്പിച്ചു. സ്വത്തിനെചൊല്ലി അമ്മാവന്മാരുമായി നിരന്തരം ഇടഞ്ഞ് അച്ഛൻ വീണ്ടും രോഗിയായി. അച്ഛനെയുംകൊണ്ട് ഞങ്ങൾ അമ്മവീട്ടിലേക്കു മടങ്ങി. അവഹേളനങ്ങൾ സഹിച്ചും ദാരിദ്ര്യത്തിലും അമ്മയുടെ സ്നേഹാമൃതം നുകർന്നും ഞങ്ങൾ വളർന്നു.

ലക്ഷങ്ങളുടെ സ്വത്തുണ്ടായിരുന്ന അച്ഛന്റെ വകയായ ഒരു സെന്റു ഭൂമിപോലും മക്കൾക്കു കിട്ടിയില്ല. അച്ഛന്റെ മനോരോഗത്തെ വിദഗ്ധമായ രീതിയിൽ പ്രയോജനപ്പെടുത്തി ഏറിയ പങ്കും അനന്തരവളും

അകന്ന ബന്ധത്തിൽപ്പെട്ട ഒരനുജനും തട്ടിയെടുത്തു. ശേഷിച്ചത് അച്ഛൻ തന്നെ അടുത്ത സ്നേഹിതർക്കു വിറ്റു. ഞാനും കൊച്ചേട്ടനും (അഡ്വക്കേറ്റ് പി ജി തമ്പി) അനുജനും (പ്രസന്നവദനൻ - അന്തർദേശീയ ബാങ്ക് സോഫ്റ്റ് വെയർ കമ്പനിയായ ഐഫ്ളെക്സ് സൊലൂഷൻസ് വൈസ് പ്രസിഡന്റ്) ഒരു തിരുവോണത്തിന് അച്ഛന്റെ തറവാട്ടിലേക്കൊരു യാത്ര പോയി. ഒരു വീട് നിന്ന വലിയ പുരയിടത്തിൽ പല പല വീടുകൾ. രണ്ടു കമ്പിളിനാരകങ്ങളും അപ്രത്യക്ഷമായിരിക്കുന്നു. ഞാനും കൊച്ചേട്ടനും പരസ്പരം നോക്കി, ഞങ്ങളുടെ കണ്ണുകൾ നിറഞ്ഞുവോ?

കാർ ചെന്നു നിന്ന ശബ്ദംകേട്ട് അച്ഛന്റെ അനന്തരവളുടെ മകൾ ഓടിവന്നു. അന്യയെപ്പോലെ അവൾ ഞങ്ങളുടെ മുമ്പിൽ നിന്നു. “ഇവിടെ രണ്ടു കമ്പിളിനാരകങ്ങളുണ്ടായിരുന്നു. അവരായിരുന്നു അച്ഛന്റെ ഏറ്റവുമടുത്ത ബന്ധുക്കൾ” - അവൾ പറഞ്ഞു. പുതിയ തലമുറയുടെ മാറ്റം അവളുടെ വാക്കുകളിൽ പ്രതിധ്വനിച്ചു.

സ്റ്റാർ ഹോട്ടലുകളിൽ ബുഫെ ഹാളുകളിൽ വിവിധതരം പഴവർഗങ്ങളിരിക്കുന്നതു കാണുമ്പോൾ എന്റെ ഓർമയിൽ കമ്പിളിനാരങ്ങയുടെ മധുരം തുളുമ്പും. പി ഭാസ്കരൻ പാടിയതെത്ര സത്യം!

“മറക്കാൻ പറയുവാനെന്തെളുപ്പം
മണ്ണിൽ പിറക്കാതിരിക്കലാണതിനെളുപ്പം.”

അഗ്നിയിലമർന്ന കവിതകൾ

പതിനൊന്നു വയസിനും പതിനാറു വയസിനുമിടയിൽ ഒരു കൗമാരക്കാരൻ മുന്നൂറിലധികം കവിതകൾ രചിച്ചു എന്നു കേട്ടാൽ പലരും അത് അവിശ്വസനീയമെന്നേ പറയൂ. തിരിഞ്ഞു നോക്കുമ്പോൾ എനിക്കും അത്ഭുതം തോന്നാറുണ്ട്. പക്ഷേ ഇത് സത്യമാണ്. എന്റെ പതിനൊന്നാം വയസിലാണ് ഞാൻ *കുന്നും കുഴിയും* എന്ന പേരിൽ എന്റെ ആദ്യ കവിത രചിച്ചത്. ഇതേ കാലഘട്ടത്തിൽത്തന്നെ *തോമ്മാച്ചാ നീ എന്നെ മറക്കുമോ* എന്ന പേരിൽ ആദ്യ ചെറുകഥയും രചിച്ചു. ഞാൻ തന്നെ സൃഷ്ടിച്ച *പൂക്കുല* എന്ന കയ്യെഴുത്തു മാസികയിലാണ് ഇവ രണ്ടും പരസ്യപ്പെടുത്തിയത്. തുടർന്നെഴുതിയ കവിതകളും കഥകളും *മലയാളരാജ്യം ആഴ്ചപ്പതിപ്പ്*, *കൗമുദി വാരിക* എന്നീ പ്രസിദ്ധീകരണങ്ങളിലെ ബാലപംക്തികളിലും കുട്ടികളുടെ ദീപികയിലുമാണ് വെളിച്ചം കണ്ടത്. ഹരിപ്പാടിനടുത്തുള്ള ‘കരുവാറ്റ’ എന്ന ഗ്രാമത്തിൽ നിന്ന് *കൊടുങ്കാറ്റ്* എന്ന പേരിൽ ഒരു മാസിക പ്രസിദ്ധീകരിച്ചു തുടങ്ങിയതും ഇക്കാലത്താണ്. കൊടുങ്കാറ്റിന്റെ പത്രാധിപരായ കുട്ടപ്പൻനായർ എന്റെ രചനകൾ വീട്ടിൽവന്നു വാങ്ങിക്കൊണ്ടുപോകുമായിരുന്നു. *കൊടുങ്കാറ്റി*ന്റെ മിക്കവാറും എല്ലാ ലക്കങ്ങളിലും എന്റെ രചനകൾ സ്ഥലം പിടിച്ചിരുന്നു.

മാതൃഭൂമി ആഴ്ചപ്പതിപ്പിന്റെ ബാലപംക്തിയിലേക്കും നിരന്തരം ഞാൻ എന്റെ സൃഷ്ടികൾ അയച്ചുകൊണ്ടിരുന്നു. പക്ഷേ, വളരെ അപൂർവമായി മാത്രമേ അവയ്ക്ക് സ്വീകരണം ലഭിച്ചിരുന്നുള്ളൂ. പതിനഞ്ച് വയസ്സ് പൂർത്തിയായപ്പോഴേക്കും പ്രസിദ്ധീകരിക്കപ്പെട്ടവയും പത്രാധിപന്മാരാൽ തിരസ്കരിക്കപ്പെട്ടവയുമായ മുന്നൂറിലധികം കവിതകൾ എന്റെ സ്വത്തായി തീർന്നു.

എന്റെ രണ്ടു ജ്യേഷ്ഠന്മാരും സാഹിത്യത്തിൽ താൽപ്പര്യമുള്ളവരായിരുന്നു. ഞാൻ ‘വാവുത്തത്തൻ’ എന്നു വിളിക്കുന്ന എന്റെ വല്യേട്ടൻ

പി വാസുദേവൻ തമ്പി, പി വി തമ്പി എന്ന പേരിൽ ചെറുകഥകളെഴുതിയിരുന്നു. കായംകുളത്തുനിന്നും പ്രസിദ്ധീകരിച്ചിരുന്ന *താരം* എന്ന മാസികയിൽ വന്ന വാവുത്തത്തന്റെ 'അവളുടെ വിവാഹം' എന്ന ചെറുകഥ എനിക്ക് ഇപ്പോഴുമോർമയുണ്ട്. അദ്ദേഹം തന്റെ പന്ത്രണ്ടാം വയസിൽ *സരസകഥാപുഷ്പം* എന്ന പേരിൽ ഒരു പുസ്തകം അച്ചടിച്ചുവെന്നു പറഞ്ഞാൽ എത്രപേർ വിശ്വസിക്കും? അമ്മയറിയാതെയാണ് അദ്ദേഹം ഈ സാഹസത്തിനൊരുമ്പെട്ടത്. ഞങ്ങളുടെ പുരയിടത്തിലെ നാളികേരം പതിവായി വിലയ്ക്കു വാങ്ങിയിരുന്ന വർക്കി മാപ്പിളയുടെ പക്കൽനിന്നും അടുത്തമാസം വിൽക്കാനുള്ള തേങ്ങയുടെ പേരിൽ അഡ്വാൻസു വാങ്ങിയ പണമാണ് കഥാകൃത്ത് പുസ്തകം അച്ചടിക്കാനായി പ്രസിൽ കൊടുത്തത്.

എനിക്കന്ന് ആറുവയസാണ് പ്രായം. അന്ന് ഹരിപ്പാട് ഗ്രാമത്തിൽ 'രാജവിലാസം പ്രസ്' എന്നു പേരുള്ള ഒരു അച്ചടിശാല മാത്രമേ ഉണ്ടായിരുന്നുള്ളൂ. അതിന്റെ ഉടമസ്ഥനായ പാപ്പിയുടെ പിതാവ് ഞങ്ങളുടെ അമ്മാവന്റെ ആശ്രിതനായിരുന്നതുകൊണ്ട് അമ്മയോട് പാപ്പി വളരെ ആദരവോടുകൂടി മാത്രമേ പെരുമാറിയിരുന്നുള്ളൂ. വിവരമറിഞ്ഞ അമ്മ വാവുത്തത്തനെ നാലുകെട്ടിലെ നടുമുറ്റത്തൂണിൽ കെട്ടിയിട്ടു. എന്നിട്ട് കാലുള്ള വലിയ കുടയെടുത്ത് കക്ഷത്തിൽ വച്ച് എന്റെ കയ്യിൽ പിടിച്ച് നേരെ രാജവിലാസം പ്രസിലേക്കു നടന്നു. സ്വന്തം ബന്ധുക്കളിൽനിന്നും ഭർത്താവിന്റെ ബന്ധുക്കളിൽനിന്നും അവഗണന മാത്രം സഹിച്ച് ഉറപ്പു വന്ന മനസ്സുമായി ജീവിച്ച ആ മുപ്പത്തിമൂന്നു വയസുകാരിയുടെ നിഴലായി ഹരിപ്പാടു സുബ്രഹ്മണ്യക്ഷേത്രത്തിന്റെ പടിഞ്ഞാറേ നടയിൽ പള്ളിവേട്ടയാലിനു സമീപം സ്ഥിതിചെയ്തിരുന്ന രാജവിലാസം പ്രസിലേക്ക് നടന്നുപോയ ദൃശ്യം ഇപ്പോഴും എന്റെ മനസിലുണ്ട്. "കുട്ടികളെ വഴിതെറ്റിക്കാനാണോ പാപ്പീ നീയി പ്രസ്സിവിടെയിട്ടിരിക്കുന്നത്" അമ്മ ചോദിച്ചു.

തികഞ്ഞ ഭവ്യതയോടെ പാപ്പി പറഞ്ഞു: "ഞാനൊരു തെറ്റും ചെയ്തില്ല കൊച്ചമ്മേ. പന്ത്രണ്ടു വയസ്സു മാത്രം പ്രായമുള്ള ആ കുഞ്ഞ് എത്ര നന്നായി കഥകളെഴുതിയിരിക്കുന്നു. പുസ്തകം അച്ചടിക്കണമെന്നു പറഞ്ഞപ്പോൾ ഞാൻ മറ്റൊന്നും ആലോചിച്ചില്ല."

"എന്നോടു പറയാതെ തേങ്ങാവെട്ടുകാരൻ വർക്കിയുടെ അടുത്തുനിന്നും പണം വാങ്ങിയാ അവൻ പാപ്പിക്കു തന്നത്. അതു ശരിയാണോ?" പ്രസാധകന് ഉത്തരം മുട്ടി. പുസ്തകത്തിന്റെ അച്ചടി തുടരുകയില്ലെന്ന് അയാൾ അമ്മയ്ക്ക് ഉറപ്പുകൊടുത്തു. അങ്ങനെ *സരസകഥാപുഷ്പം* എന്ന പുസ്തക ശിശു ഗർഭത്തിൽവച്ച് അലസിപ്പോയി.

എന്റെ കൊച്ചേട്ടൻ പി ഗോപാലകൃഷ്ണൻതമ്പി കവിതകളാണ് എഴുതിത്തുടങ്ങിയത്. പന്ത്രണ്ടാം വയസിൽത്തന്നെ അദ്ദേഹവും ഒരു ചെറിയ പുസ്തകം അച്ചടിപ്പിക്കുകയുണ്ടായി. *ശ്രീമുരുകൻ സ്തോത്രം* എന്നായിരുന്നു അതിന്റെ പേര്. പരമഭക്തനായിരുന്നതുകൊണ്ടും സുബ്ര

ഷണ്യശാപത്തോടു ഭയമുള്ളതുകൊണ്ടും അമ്മ ആ പുസ്തകപ്രകാശനത്തെ എതിർത്തില്ല. അങ്ങനെ *ശ്രീമുരുകൻ സ്തോത്രം* പുറത്തുവന്നു. പന്ത്രണ്ടാം വയസിൽ കൊച്ചേട്ടനെഴുതിയ ആ പുസ്തകത്തിലെ ആദ്യത്തെ നാലു വരികൾ ഇപ്പോഴും എനിക്ക് കാണാതറിയാം.

"ദിവ്യനാം പാർവ്വതീ ബാലനിൻ പാദങ്ങൾ
ഉന്നതിക്കായ് ഞങ്ങൾ കൈതൊഴുന്നേൻ
വന്ദിതാം നീയീ പാമരന്മാരുടെ
വന്ദനങ്ങൾ തെല്ലുക്കൈക്കൊണ്ടാലും."

കുട്ടിക്കാലത്ത് തികഞ്ഞ അനുസരണയോടെ ജ്യേഷ്ഠന്മാരുടെ പാദമുദ്രകൾ നോക്കി നടന്നിരുന്ന ഞാൻ വാവുത്തത്തനിൽ (വല്യേട്ടൻ) നിന്ന് കഥയും കൊച്ചേട്ടനിൽനിന്ന് കവിതയും സ്വീകരിച്ച് പതിനൊന്നാം വയസ്സുമുതൽ രണ്ടും എഴുതിത്തുടങ്ങി.

അച്ഛന്റെ രോഗവും അച്ഛന്റെ ബന്ധുക്കളുടെ ശത്രുതയും അമ്മയുടെ വഴി മുടക്കുമെന്ന അവസ്ഥ വന്നപ്പോൾ പതിനെട്ടാം വയസിൽത്തന്നെ വാവുത്തത്തന് കുടുംബഭാരം ഏറ്റെടുക്കേണ്ടിവന്നു. ഉത്തരവാദിത്വം സ്വയം ഏറ്റെടുത്തു കഴിഞ്ഞതോടെ അദ്ദേഹം ആളാകെ മാറി.

"സാഹിത്യമൊന്നും വേണ്ട. ഇനി പഠിത്തം മാത്രം മതി. നിന്നിലാണ് എന്റെ പ്രതീക്ഷ മുഴുവൻ. നീ നന്നായി പഠിക്കണം. ഐ എ എസിനെഴുതണം." വാവുത്തത്തൻ എന്നെ ഉപദേശിച്ചു. പക്ഷേ, അപ്പോഴേക്കും കവിത എന്റെ ജീവവായുവായി മാറിക്കഴിഞ്ഞിരുന്നു. എല്ലാ ദുഃഖങ്ങളിൽനിന്നും നിരാശകളിൽനിന്നും എന്നെ രക്ഷിച്ച് മാറോടമർത്തി ആശ്വസിപ്പിക്കുന്ന ദേവതയായിരുന്നു കവിത. വാവുത്തത്തനും കൊച്ചേട്ടനും ഏറെ കാലം സാഹിത്യരംഗത്തുനിന്നും വിട്ടുനിന്നു. എന്നാൽ ഞാൻ നന്നായി പഠിക്കുന്നതിനിടയിലും അഭംഗുരമായി കവിത എഴുതിക്കൊണ്ടേയിരുന്നു. അടി പേടിച്ച് സ്വന്തം പേരിൽ അക്കാലത്ത് വളരെ കുറച്ചു കൃതികളേ ഞാൻ പ്രസിദ്ധപ്പെടുത്തിയിരുന്നുള്ളൂ.

പി ശ്രീകുമാർ, ഹരിശ്രീ, രാജപുത്രൻ, ഭവാനിക്കുട്ടി തുടങ്ങിയ തൂലികാനാമങ്ങൾ ഞാൻ സ്വീകരിച്ചു. എസ് എസ് എൽ സി പരീക്ഷയ്ക്ക് ഞാൻ റാങ്കു നേടുമെന്നായിരുന്നു വാവുത്തത്തന്റെ പ്രതീക്ഷ. അതുകൊണ്ട് ആ ദിവസങ്ങളിൽ എന്റെ ചലനങ്ങൾ അദ്ദേഹം സശ്രദ്ധം നിരീക്ഷിച്ചുകൊണ്ടിരുന്നു. കണക്കുപരീക്ഷയുടെ തലേനാൾ സന്ധ്യ കഴിഞ്ഞ സമയത്ത് പെട്ടെന്ന് ഒരു ഉൾവിളിയുണ്ടായി. ആൾജിബ്രായിലെ സമവാക്യങ്ങൾ എഴുതിപ്പഠിച്ച ബുക്കിൽത്തന്നെ ഞാൻ പുതിയ കവിത രൂപപ്പെടുത്താൻ തുടങ്ങി. തൊട്ടു പിന്നിൽ വാവുത്തത്തൻ നിന്ന് ഞാൻ എഴുതുന്ന കവിതകൾ വായിക്കുന്നുണ്ടായിരുന്നു. സങ്കൽപ്പവിഹായസിൽ കവിതയുടെ പുഷ്പക വിമാനത്തിൽ പറന്നുകൊണ്ടിരുന്ന ഞാൻ അതറിഞ്ഞില്ല. മുൻകോപിയായ വാവുത്തത്തൻ തന്റെ മുഴുവൻ ശക്തിയുമുപയോഗിച്ച് എന്നെ തല്ലി. ഞാനപ്പോൾ എഴുതിയ കവിതയും അറപ്പുരയിലെ പത്തായത്തിനുമുകളിൽ കൈപ്പെട്ടിയിൽ ഞാൻ നിധിപോലെ

സൂക്ഷിച്ചിരുന്ന മുന്നൂറിലധികം കവിതകളും എടുത്ത് അദ്ദേഹം കിഴക്കേ മുറ്റത്ത് കൂട്ടിയിട്ടു തീപ്പെട്ടിക്കൊള്ളിയുരച്ച് ആ കവിതക്കൂട്ടത്തിനു തീയിട്ടു. എല്ലുനുറുങ്ങുന്ന വേദനയുള്ള ശരീരവും ചോരപൊടിയുന്ന ചുണ്ടും തകർന്ന മനസുമായി എന്റെ കലാസൃഷ്ടികൾ അഗ്നിയിലെരിഞ്ഞമരുന്നതു ഞാൻ നോക്കി നിന്നു.

പതിനാറു തികയുന്നതിനുമുമ്പ് ഞാൻ രചിച്ച ആ കവിതകൾ കാവ്യപഠനത്തിന്റെ വഴിയിൽ ഞാൻ നടത്തിയ ലഘുപരീക്ഷണങ്ങൾ മാത്രമായിരുന്നു. അവ ഉദാത്ത രചനകളായിരുന്നില്ല എന്നും എനിക്കറിയാം. എന്റെ കാവ്യസമാഹാരങ്ങളിൽ ഇടം നേടാനുള്ള ഭാഗ്യവും അവയ്ക്കുണ്ടായില്ല. എങ്കിലും മൂവായിരത്തിലധികം ഗാനങ്ങളെഴുതാൻ എന്റെ ചേതനയ്ക്കും ഭാവനയ്ക്കും ശക്തി പകർന്നത് ആ കവിതകൾ എരിഞ്ഞമർന്ന അഗ്നിയുടെ ചൂടാണെന്ന് ഞാനറിയുന്നു.

അനുജന്റെ കവിതകൾ ക്ഷിപ്രകോപത്താൽ കത്തിച്ചുകളഞ്ഞ പി വി തമ്പി തന്റെ നാൽപ്പതാം വയസിനുശേഷം സാഹിത്യരംഗത്ത് സജീവമായി. നാൽപ്പതോളം നോവലുകൾ അദ്ദേഹം രചിച്ചു. *ഹോമം* എന്ന ആദ്യ നോവൽ കുങ്കുമം അവാർഡ് നേടി. *കൃഷ്ണപരുന്ത്, സൂര്യകാലടി, പള്ളിവേട്ട* തുടങ്ങിയ മാന്ത്രികനോവലുകളിലൂടെ ഒരു പുതിയ വായനാസമൂഹത്തെയും അദ്ദേഹം സൃഷ്ടിച്ചു. *ശ്രീമുരുകൻ സ്തോത്രം* രചിച്ച കൊച്ചേട്ടൻ പ്രശസ്തനായ ക്രിമിനൽ അഭിഭാഷകനായി മാറി.

വർഷങ്ങൾക്കുശേഷം അദ്ദേഹവും ചില നോവലുകളും ധാരാളം ചെറുകഥകളുമെഴുതി. മാർക്സിസ്റ്റ് സഹയാത്രികനായി മാറിയ എന്റെ കൊച്ചേട്ടനാണ് ഇപ്പോൾ ഡയറക്ടർ ജനറൽ ഓഫ് പ്രോസിക്യൂഷൻ, കേരളാ സ്റ്റേറ്റ് പ്രോസിക്യൂട്ടർ, ലോകായുക്തയുടെ സ്പെഷ്യൽ അറ്റോണി എന്നീ പദവികൾ വഹിക്കുന്ന അഡ്വക്കേറ്റ് പി ജി തമ്പി. കൂടാതെ അദ്ദേഹം കേരളാ ബാർ കൗൺസിലിന്റെ ചെയർമാനും ബാർ കൗൺസിലിന്റെ പ്രസിഡന്റുമാണ്.

എന്റെ വാവുത്തത്തൻ രണ്ടുവർഷംമുമ്പ് അന്തരിച്ചു. അനുജൻ രചിച്ച ഗാനങ്ങളെ എന്നും അദ്ദേഹം ഹൃദയത്തിലേറ്റിയിരുന്നു. എന്റെ കവിതകൾ എരിഞ്ഞമർന്ന അഗ്നിനാളങ്ങൾ അദ്ദേഹത്തിന്റെ ഓർമകളിൽ തെളിഞ്ഞിരുന്നുവോ എന്നെനിക്കറിയില്ല. ഒരിക്കൽപ്പോലും ആ കാര്യം ഞാൻ അദ്ദേഹത്തെ ഓർമിപ്പിച്ചിട്ടില്ല.

സൂര്യൻ അഗ്നിയാണ്. സൂര്യപുത്രിയായ ഭൂമിയുടെ അന്തർഭാഗത്തും അഗ്നിയുണ്ട്. ജലത്തിൽപ്പോലും അഗ്നി ഒളിപ്പിച്ചിരിക്കുന്നു. ആത്മാവിന്റെ അഗ്നിയും ജലവുമാണ് കവിത. എന്റെ മുന്നൂറു കവിതകളെ സ്വീകരിച്ച അഗ്നി നാളെ എന്റെ ശരീരത്തെയും സ്വീകരിക്കും.

അഗ്നിയെ ഞാൻ നമിക്കുന്നു.

വൃന്ദാവൻ ടാക്കീസ് സിനിമയിലെ എന്റെ ആദ്യഗുരു

ഹരിപ്പാട് സുബ്രഹ്മണ്യക്ഷേത്രത്തിനും ഞങ്ങളുടെ തറവാടിനും മുമ്പിലായി വൃന്ദാവൻ എന്ന പേരിൽ ഒരു തിയേറ്റർ ഉണ്ടായിരുന്നു. ചലച്ചിത്രഭാഷയുടെ ലോകത്ത് എന്നെ എഴുത്തിനിരുത്തിയത് ഈ പ്രദർശനശാലയാണ്. പലകയടിച്ച് വെള്ള പൂശിയ ചുവരുകളും ആസ്ബറ്റോസ് ഷീറ്റുമേഞ്ഞ മേൽക്കൂരയുമായുള്ള വൃന്ദാവനിൽ ശബ്ദം പുറത്തേക്കു പോകാതിരിക്കാനുള്ള സജ്ജീകരണമുണ്ടായിരുന്നില്ല. അതുകൊണ്ട് ഞങ്ങളുടെ വീടിന്റെ പൂമുഖത്തിരുന്നാൽ അവിടെ പ്രദർശിപ്പിക്കുന്ന ചിത്രങ്ങളുടെ ശബ്ദരേഖ കൃത്യമായി കേൾക്കാൻ കഴിയുമായിരുന്നു. എന്റെയും ജ്യേഷ്ഠന്മാരുടെയും ദൈനംദിന ജീവിതത്തിൽ വൃന്ദാവൻ ടാക്കീസിനും സുബ്രഹ്മണ്യ ക്ഷേത്രത്തിനും കാതലായ പങ്കുണ്ടായിരുന്നു. ക്ഷേത്രത്തിൽനിന്ന് ദീപാരാധനയുടെ മണിനാദം ഉയർന്നുകഴിഞ്ഞാലുടൻ പഠിക്കാനിരിക്കണം. വൃന്ദാവനിൽനിന്ന് ആദ്യത്തെ ഷോ കഴിഞ്ഞ് കെ ബി സുന്ദരാംബാൾ പാടിയ "ജ്ഞാനപ്പഴത്തെ പിഴിന്ത്" എന്ന ഗാനം കേട്ടുതുടങ്ങുമ്പോൾ വായനമതിയാക്കി ഉറങ്ങാൻ പോകണം. എന്റെ കുട്ടിക്കാലത്ത് മലയാളസിനിമകൾ കുറവായിരുന്നതുകൊണ്ട് തമിഴ്, ഹിന്ദി, ഇംഗ്ലീഷ് എന്നീ ഭാഷകളിലുള്ള സിനിമകളും പ്രദർശനത്തിനെത്തിയിരുന്നു. *ആയിരം തലൈവാങ്കി, അപൂർവചിന്താമണി, പാതാള ഭൈരവി, വേതാള ഉലകം* തുടങ്ങിയ തമിഴ് സിനിമകളിലെ അപൂർവ ദൃശ്യങ്ങൾ ഇപ്പോഴും എന്റെ ഓർമയിലുണ്ട്. വൃന്ദാവൻ ടാക്കീസിൽ ഞാൻ കണ്ട ആദ്യമലയാള ചിത്രം *നല്ലതങ്ക*യായിരുന്നു. കെ ആന്റ് കെ പ്രൊഡക്ഷൻസ് നിർമിച്ച *നല്ലതങ്ക*യുടെ നിർമാതാക്കൾ കെ വി കോശിയും കുഞ്ചാക്കോയുമായിരുന്നു. ആലപ്പുഴയിലെ ഉദയാ സ്റ്റുഡിയോയിൽ നിർമിച്ച ഈ സിനിമയിൽ നല്ലതങ്കയായി അഭിനയിച്ചത് പിൽക്കാലത്ത്

മലയാളത്തിലെ പ്രശസ്ത നായികയായി ഉയർന്ന മിസ് കുമാരിയാണ്. നല്ലതങ്കയുടെ ഭർത്താവ് കാശിരാജ്യത്തെ രാജാവ് സോമനാഥനായി അക്കാലത്ത് മലയാള നാടകവേദിയിലെ പ്രശസ്ത നാടകനടനായിരുന്ന വൈക്കം മണിയും. *നല്ലതങ്ക*യുടെ സഹോദരൻ നല്ലണ്ണനായി ഗായകൻ എന്ന നിലയിലും നായകൻ എന്ന നിലയിലും പേരെടുത്തിരുന്ന അഗസ്റ്റിൻ ജോസഫ് ആയിരുന്നു. വൈക്കം മണിയുടെ ഏക മകൾ രാജേശ്വരി ഇപ്പോൾ എന്റെ ഭാര്യയാണ്. അഗസ്റ്റിൻ ജോസഫിന്റെ മൂത്തപുത്രനാണ് മലയാളത്തിലെ ഗാനഗന്ധർവനായ യേശുദാസ്. അങ്ങനെ ആ വലിയ കലാകാരന്മാർ തമ്മിലുണ്ടായിരുന്ന സ്നേഹബന്ധം അടുത്ത തലമുറയിലേക്കു പടർന്നു.

വൃന്ദാവൻ ടാക്കീസിൽ ആദ്യപ്രദർശനം നടക്കുന്നത് ഏഴുമണിക്കും പത്തുമണിക്കും ഇടയിലാണ്. അക്കാലത്ത് ഗ്രാമങ്ങളിലെ തിയേറ്ററുകളിൽ തിങ്കൾ മുതൽ വെള്ളിവരെ വൈകിട്ട് രണ്ടു പ്രദർശനങ്ങളേ ഉണ്ടായിരുന്നുള്ളൂ. ശനി, ഞായർ ദിവസങ്ങളിൽ മാത്രമേ മാറ്റിനിയുള്ളൂ. പഠിക്കുന്നതിനിടയിൽ ഇടയ്ക്ക് എന്റെ ശ്രദ്ധ ചലച്ചിത്രത്തിന്റെ ശബ്ദരേഖയിലേക്കു തിരിയും. അപ്രകാരം ആ സിനിമകളിലെ സംഭാഷണശകലങ്ങളും പാട്ടുകളും ഞാൻ കാണാതെ പഠിക്കാൻ തുടങ്ങി.

ഞാൻ തിരക്കഥാ രചനയിലും ഗാനരചനയിലും പിച്ചവെച്ചു തുടങ്ങിയത് ഇങ്ങനെയായിരിക്കാം. പഠിക്കാൻ സമർഥനായ മകൻ സിനിമയുടെ ശബ്ദരേഖയിലാണ് കൂടുതൽ ശ്രദ്ധിക്കുന്നതെന്ന് ആദ്യമൊന്നും അമ്മ മനസിലാക്കിയില്ല. കണ്ടുപിടിക്കപ്പെട്ടപ്പോൾ നല്ല തല്ലുകിട്ടുകയും ചെയ്തു.

നല്ലതും ചീത്തയുമായ എഴുപത്തെട്ടു തിരക്കഥകളും ആയിരക്കണക്കിന് ഗാനങ്ങളും രചിക്കാൻ എനിക്ക് പ്രചോദനമായി നിന്നത് ഈ വൃന്ദാവൻ ടാക്കീസ് തന്നെ. അഭയദേവ്, തിരുനായനാർക്കുറിശ്ശി, മാധവൻനായർ, പി ഭാസ്കരൻ, ഒ എൻ വി, വയലാർ രാമവർമ്മ എന്നീ ഗാനരചയിതാക്കളെയും പി എസ് ദിവാകർ, വി ദക്ഷിണാമൂർത്തി, ബ്രദർ ലക്ഷ്മൺ, കെ രാഘവൻ, പരവൂർ ദേവരാജൻ തുടങ്ങിയ ആദ്യകാല ഗാനശിൽപ്പികളെയും ഞാൻ പരിചയപ്പെട്ടതും വൃന്ദാവനിൽനിന്നും ഉയർന്നു കേട്ട ഗാനങ്ങളിലൂടെയാണ്. *നല്ലതങ്ക* എന്ന ചിത്രത്തിനുവേണ്ടി ഒരു ശ്ലോകത്തിനു ഈണം പകർന്നുകൊണ്ടാണ് ദക്ഷിണാമൂർത്തിസ്വാമി സിനിമയിലെത്തിയത്. പിന്നീട് ഉദയാ സ്റ്റുഡിയോയിൽത്തന്നെ നിർമിച്ച *ജീവിത നൗക* എന്ന ചിത്രത്തിലാകട്ടെ എല്ലാ ഈണങ്ങളും ഹിന്ദിയിൽ നിന്നു പകർത്താൻ സ്വാമി നിർബന്ധിതനായി. ഹിന്ദിയിലെ പ്രശസ്ത ഗാനമായ 'സുഹാനി രാത് ഢൽ ചുകി, ന ജാനേ തും കബ് ആവോഗേ' എന്ന ഗാനത്തിന്റെ ഈണത്തിൽ അഭയദേവ് രചിച്ച 'അകാലേ ആരും കൈവിടും' എന്ന ഗാനം എനിക്കിന്നും ഓർമയുണ്ട്. *നവലോകം* എന്ന സിനിമയാണ് സ്വന്തം ഈണങ്ങൾ ഉപയോഗിക്കാൻ വി ദക്ഷിണാമൂർത്തിക്ക് ധൈര്യം നൽകിയത്. ആ ചിത്രത്തിന് തിരക്കഥ രചിച്ച 'തങ്ക

ക്കിനാക്കൾ ഹൃദയേവീശും' എന്ന ഗാനം ഇഷ്ടപ്പെടാത്ത ഏതു മലയാളിയുണ്ട്.

നയ്യൂർ രാഘവപ്പണിക്കർ എന്ന ധനാഢ്യനായിരുന്നു വൃന്ദാവൻ ടാക്കീസിന്റെ ഉടമസ്ഥൻ. തിയേറ്ററിന്റെ പടിഞ്ഞാറു ഭാഗത്തായുള്ള 'രാജഭവനം' എന്ന വീട്ടിലായിരുന്നു അദ്ദേഹത്തിന്റെ താമസം. ക്രമേണ അദ്ദേഹം സാമ്പത്തികമായി തകർന്നു. തിയേറ്റർ പൊളിച്ചു മാറ്റി. അവിടെ അദ്ദേഹം ഒരു ചെറിയ വീടു നിർമിച്ചു. രാജഭവനം നിന്ന സ്ഥലത്ത് ഇപ്പോൾ ഇംഗ്ലീഷ് ഗേൾസ് ഹൈസ്കൂളിന്റെ ഒരു കെട്ടിടമാണ് സ്ഥിതി ചെയ്യുന്നത്. ജന്മസ്ഥലത്തു പോകുമ്പോഴൊക്കെ ഞാൻ പണ്ടു വൃന്ദാവൻ ടാക്കീസ് നിന്നിരുന്ന ഭാഗത്തേക്കു ദൃഷ്ടികളയക്കും. അപ്പോൾ നെഞ്ചുപൊട്ടുന്നതുപോലെ തോന്നും. സിനിമയിലെ എന്റെ ആദ്യഗുരുവിനെ ഞാനെങ്ങനെ മറക്കും?

എസ് എസ് എൽ സി ക്ലാസിൽ പഠിക്കുന്ന കാലത്ത് നോട്ടുബുക്കിലെ ഒഴിഞ്ഞ താളിൽ മനോഹരമായ ഒരു ചതുരം വരച്ച് അതിൽ സംവിധാനം - ഹരിപ്പാട് ശ്രീകുമാരൻ തമ്പി - എന്നെഴുതി ആ അക്ഷരങ്ങളെ താലോലിച്ച് സ്വപ്നം കാണുക എന്റെ പതിവായിരുന്നു. അതു കാണുമ്പോൾ കൂട്ടുകാർ പരിഹസിക്കും. പക്ഷേ, പതിനഞ്ചാം വയസിൽ ഞാൻ കണ്ട സ്വപ്നം മുപ്പത്തിനാലു വയസ്സ് തികയുന്നതിനുമുമ്പ് യാഥാർഥ്യമായി. കാലത്തോട് എനിക്കൊരു പരിഭവവുമില്ല, നന്ദിയുണ്ടുതാനും.

ലീലച്ചേച്ചിയെ തൊട്ടനിമിഷം

മലയാളസിനിമയിൽ ആദ്യമായി പാടിയ മലയാളിയായ ഗായിക തൃപ്പൂണിത്തുറ സ്വദേശിനിയായ ശ്രീമതി. സരോജിനിയാണ്. 'കരുണാകര പീതാംബര' എന്നാരംഭിക്കുന്ന ഒരു ഭക്തിഗാനമാണ് അവർ പാടിയത്. 1948 ൽ പുറത്തുവന്ന *നിർമ്മല* എന്ന സിനിമയിലൂടെയാണ് അഭിനയിക്കുന്ന നടനുവേണ്ടി മറ്റൊരാളിന്റെ ശബ്ദം ഉപയോഗിക്കുന്ന 'പിന്നണി ഗാനസമ്പ്രദായം' മലയാളത്തിൽ പരീക്ഷിക്കപ്പെട്ടത്. പിൽക്കാലത്ത് മലയാള ചലച്ചിത്രഗാനരംഗത്ത് ഒന്നാംനിരയിൽത്തന്നെ ഇടം നേടിയ പി ലീലയും *നിർമ്മലയ്*ക്കുവേണ്ടി ഒന്നിലധികം ഗാനങ്ങൾ പാടി. മലയാള സിനിമയിലെ ആദ്യ പിന്നണി ഗായകനായ ടി കെ ഗോവിന്ദറാവുവും *നിർമ്മല*യിലൂടെയാണ് അരങ്ങേറ്റം നടത്തിയത്. മലയാളത്തിന്റെ മഹാകവിയായി വളർന്ന ജി ശങ്കരക്കുറുപ്പിന് അന്ന് യൗവനകാലമായിരുന്നു. അദ്ദേഹമാണ് ഈ സിനിമയിലെ ഗാനങ്ങൾ രചിച്ചത്. ഈ ചിത്രം കാണാൻ കഴിഞ്ഞിട്ടില്ലെങ്കിലും പിൽക്കാലത്ത് അതിലെ പാട്ടുകൾ കേൾക്കാനുള്ള ഭാഗ്യമുണ്ടായി. ടി കെ ഗോവിന്ദറാവുവും പി ലീലയും ചേർന്നു പാടിയ 'പാടുക പൂങ്കുയിലേ, കാവുതോറും പാടുക..' എന്ന പാട്ട് ഇപ്പോൾ എന്റെ ഗാനശേഖരത്തിലുണ്ട്. ഞാൻ ആദ്യമായി തിയേറ്ററിൽ കണ്ട *നല്ലതങ്ക* എന്ന ചിത്രത്തിലും പി ലീലയുടെ പാട്ടുകളുണ്ടായിരുന്നു. ഈ ചിത്രത്തിൽ പുരുഷശബ്ദത്തിലുള്ള പാട്ടുകൾ പാടിയത് നായകനടന്മാരായ വൈക്കം മണിയും അഗസ്റ്റിൻ ജോസഫും തന്നെയാണ്. അവർ രണ്ടുപേരും ഗായകന്മാരായ നായകന്മാരായിരുന്നു. *നല്ലതങ്ക*യ്ക്കുശേഷം മലയാളത്തിൽ വന്ന മിക്കവാറും എല്ലാ ചിത്രങ്ങളിലും ലീലചേച്ചിയുടെ പാട്ടുകളുണ്ടായിരുന്നു. *തിരമാല*, *നീലക്കുയിൽ* തുടങ്ങിയ ചിത്രങ്ങളിൽ മറ്റൊരു മലയാളിഗായികയായ ശാന്ത പി നായരും

പാടുകയുണ്ടായി. എങ്കിലും മലയാളസിനിമയിലും തമിഴ് സിനിമയിലും അക്കാലത്ത് (അമ്പതുകളിലും അറുപതുകളുടെ ആദ്യ പകുതിയിലും) ആധിപത്യം ഉറപ്പിച്ച ഗായിക ലീലചേച്ചിയായിരുന്നു. *സ്നേഹസീമ, ബാല്യസഖി, ജ്ഞാനസുന്ദരി, നായരുപിടിച്ച പുലിവാല്* തുടങ്ങിയ ചിത്രങ്ങൾക്കുവേണ്ടി ലീലചേച്ചി പാടിയ പാട്ടുകളെല്ലാം തന്നെ എനിക്കു കാണാപ്പാഠമായിരുന്നു. കലാനിലയം സ്ഥിരം നാടകവേദി അവതരിപ്പിച്ച *നൂർജഹാൻ* എന്ന നാടകത്തിലെ ഹിറ്റ് ഗാനങ്ങൾ ഗ്രാമഫോൺ കമ്പനി പുറത്തിറക്കി. പി ഭാസ്കരൻ രചിച്ച് വി ദക്ഷിണാമൂർത്തി ഈണം പകർന്ന ആ പാട്ടുകളെല്ലാം എന്നെ ഏതോ സങ്കൽപ്പലോകത്തിലേക്കു കൊണ്ടുപോയി. പ്രത്യേകിച്ചും,

"പ്രേമത്തിൻ പുഷ്പകിരീടം
പാഴ്മണ്ണിൽ വീണനേരം
കനകത്തിൻ കിരീടമെന്തിനു
കാർവർണ്ണാ..."

എന്ന ഗാനം അക്കാലത്ത് കേരളത്തിൽ അങ്ങോളമിങ്ങോളം അലയടിച്ചിരുന്നു. ആ ഗാനം കേൾക്കുമ്പോൾ ഞാനറിയാതെ എന്റെ കണ്ണുകൾ നിറയും. കോട്ടയത്തുനിന്നും പ്രസിദ്ധപ്പെടുത്തിയിരുന്ന *സിനിമാ മാസിക*യിലും കൊച്ചിയിൽനിന്നും പുറത്തുവന്നിരുന്ന *ഫിലിം, ദീപ്തി* എന്നീ മാസികകളിലും വന്ന ലീലചേച്ചിയുടെ പടങ്ങൾ ഞാൻ വെട്ടിയെടുത്ത് നിധിപോലെ സൂക്ഷിച്ചിരുന്നു. പി ലീല എന്ന സംഗീതദേവതയെ നേരിൽ കാണാനുള്ള മോഹം മനസ്സ് കവിഞ്ഞൊഴുകുന്ന സമയത്താണ് ആഹ്ലാദകരമായ ആ വാർത്ത് എന്റെ ജന്മസ്ഥലമായ ഹരിപ്പാട് ഗ്രാമത്തിൽ അലയടിച്ചത്. സുബ്രഹ്മണ്യസ്വാമി ക്ഷേത്രത്തിലെ ആറാട്ടിന് പി ലീലയുടെ പാട്ടുകച്ചേരി നടക്കാൻ പോകുന്നു. അന്നും ഇന്നും ഞങ്ങളുടെ നാട്ടിലെ പ്രധാന ഉത്സവങ്ങളിൽ ക്ഷേത്രകലകൾക്കും സംഗീത സദസുകൾക്കുമാണ് പ്രാധാന്യം. ദണ്ഡപാണി. ദേശികർ, ആലത്തൂർ ബ്രദേഴ്സ്, എം എൽ വസന്തകുമാരി, ഡി കെ പട്ടാംബാൾ, കെ ബി സുന്ദരാംബാൾ, മധുര മണി അയ്യർ തുടങ്ങിയ പ്രഗത്ഭരുടെ കർണാടകസംഗീതാലാപനവും രാജരത്തിനംപിള്ള, കാരക്കുറിച്ചി അരുണാചലം, നാമഗിരിപേട്ട കൃഷ്ണൻ, അമ്പലപ്പുഴ ബ്രദേഴ്സ് തുടങ്ങിയ മഹാന്മാരുടെ നാഗസ്വരകച്ചേരിയും മാറിമാറി കേൾക്കാനുള്ള അവസരം ബാല്യകാലത്തുതന്നെ എനിക്കു ലഭിച്ചു.

ലീലചേച്ചി ആദ്യമായാണ് ഹരിപ്പാട്ട് കച്ചേരിക്കു വരുന്നത്. ഞാനും സുഹൃത്തുക്കളും ആ മേടത്തിലെ പത്താമുദയത്തിനായി കാത്തിരുന്നു. എന്റെ അടുത്ത സ്നേഹിതന്മാരായ കൊച്ചുപുരയ്ക്കൽ സുകുമാരനും വേലായുധൻതമ്പി എന്ന ഓമനക്കുട്ടനും ഭഗവതീശ്വരയ്യരും ശുപ്പാമണി എന്നു ഞാൻ വിളിക്കുന്ന അനന്തസുബ്രഹ്മണ്യയ്യരുമൊക്കെ ചേർന്ന് ഒരു പന്തയം വച്ചു.

ലീലചേച്ചി സ്റ്റേജിൽ കയറുന്ന സമയത്തോ കച്ചേരി കഴിഞ്ഞ് ഇറ

ങ്ങുന്ന സമയത്തോ അവരുടെ ദേഹത്തുതൊടാൻ ധൈര്യം കാട്ടുന്ന ആളിന് ഒരു രൂപ മറ്റുള്ളവർ കൊടുക്കണം. പന്തയം വച്ച നിമിഷം മുതൽ എന്റെ ഹൃദയം സംഘർഷഭരിതമാകാൻ തുടങ്ങി.

"തമ്പിയല്ലേ പാട്ടിന്റെയാള് അതുകൊണ്ട് തമ്പി തന്നെ അവരെ തൊടണം" എന്ന് സുകുമാരന് നിർബന്ധം. ഞാൻ സധൈര്യം ആ വെല്ലുവിളി ഏറ്റെടുത്തു. ക്ഷേത്രമതിൽക്കെട്ടിനുള്ളിൽ വടക്കുപടിഞ്ഞാറു ഭാഗത്തായി ദേവസ്വം ഓഫീസിനോട് ചേർന്ന് ബഞ്ചുകൾ നിരനിരയായി അടുക്കി നിർമിച്ച് താൽക്കാലിക സ്റ്റേജിലാണ് കച്ചേരി. അതിന്റെ വടക്കുഭാഗത്ത് നീളത്തിൽ ഊട്ടുപുരയാണ്. രാജഭരണകാലത്ത് ബ്രാഹ്മണർക്ക് ദിവസവും ഭക്ഷണം നൽകിയിരുന്ന സ്ഥലമാണത്. പിന്നീട് അത് കഥകളി നടന്മാർക്ക് ചുട്ടികുത്താനുള്ള അണിയറയായി മാറി. പി ലീല സ്ഥലത്തെത്തിയെന്നും പെരുങ്കുളം എന്ന പേരിലറിയപ്പെടുന്ന അമ്പലക്കുളത്തിന്റെ വടക്കേക്കരയിൽ സ്ഥിതിചെയ്യുന്ന ദേവസ്വം ക്യാമ്പ് ഷെഡിൽ അവരുടെ പിതാവും പക്കമേളക്കാരും വിശ്രമിക്കുകയാണെന്നും സുകുമാരൻ ഓടിവന്നു പറഞ്ഞു. അൽപ്പം അഭിമാനത്തോടെയാണ് അവനാ പുതിയ അറിവ് വിളമ്പിയത്. അവന്റെ ഗർവിനൊരു കാരണമുണ്ട്. ദേവസ്വം ക്യാമ്പ് ഷെഡിനു തൊട്ടടുത്താണ് കൊച്ചുപുരയ്ക്കൽ എന്ന അവന്റെ വീട്. ക്യാമ്പ് ഷെഡ്ഡിനു ചുറ്റിനും കറങ്ങി നടന്ന ഞങ്ങളെ വാച്ചർ നോട്ടമിട്ടു. "നിന്നെ ഞങ്ങളു പിന്നെ കണ്ടോളാമെടാ മരപ്പട്ടീ..." എന്ന് ഉച്ചത്തിൽ വിളിച്ചുപറഞ്ഞ് സുകുമാരൻ ധൈര്യപൂർവം പിൻമാറി. പന്തയത്തിന്റെ കാര്യം മനസിൽ പതഞ്ഞുപൊങ്ങിയിരുന്നതുകൊണ്ട് ആൾക്കൂട്ടം നിയന്ത്രണാതീതമാകുന്നതിനുമുമ്പ് സ്റ്റേജിനുപിന്നിലെത്താനായി ഞാൻ പറഞ്ഞു. സ്റ്റേജിനു തൊട്ടുപിറകിൽ ഒരു മൂലയിൽ ഞാൻ നിലയുറപ്പിച്ചു. ലീലചേച്ചി വരുമ്പോൾ ഉണ്ടാകുന്ന ജനമുന്നേറ്റത്തിന്റെ ആദ്യ കണ്ണിയാകാമെന്ന വ്യാമോഹവുമായി അങ്ങനെ നിലകൊള്ളുമ്പോൾ അതാ വരുന്നു ആ അനുഗൃഹീത ഗായിക. പെട്ടെന്ന് എവിടെനിന്നെന്നറിയില്ല ഒരു പ്രവാഹം ഇരമ്പി വന്നു. ഞാൻ അതിൽ ഒരു തുള്ളിയായി ഏറ്റവും പിന്നിലേക്ക് വലിച്ചെറിയപ്പെട്ടു. നിരാശനായി നിന്ന് ഞാൻ ആ രാഗകല്ലോലിനിയിൽ മുഴുകി - കച്ചേരി അവസാനിപ്പിക്കുന്നതിനു മുമ്പ് എന്നെ ആഹ്ലാദത്തിന്റെ കൊടുമുടിയിലെത്തിച്ചുകൊണ്ട് ലീലചേച്ചി എന്റെ ഇഷ്ടഗാനം ആലപിച്ചു.

"പ്രേമത്തിൻ പുഷ്പകിരീടം പാഴ് മണ്ണിൽ വീണനേരം
കനകത്തിൻ കിരീടമെന്തിനു കാർവർണ്ണാ..."

സംഗീതസദസ്സ് അവസാനിച്ചു. ലീലചേച്ചി സ്റ്റേജിൽ നിന്നിറങ്ങി. അവരും പിതാവും മുൻ പരിചയക്കാരായ ഒരു ബ്രാഹ്മണസ്ത്രീയുമായി സംസാരിക്കുന്ന സമയത്ത് ഞാൻ മെല്ലെമെല്ലെ ജനക്കൂട്ടത്തിനിടയിലൂടെ അവരുടെ അടുത്തുചെന്നു. ഇളം ചുവപ്പു നിറവും നീലനിറത്തിൽ സ്വർണ്ണകസവും ചേർന്ന ബോർഡറുമുള്ള ആ പട്ടുസാരിയിൽ ഭയന്ന് ഭയന്ന് ഞാനൊന്നു തൊട്ടു. ലീലചേച്ചി തിരിഞ്ഞു നോക്കി. ഒരു പുഞ്ചിരി

സമ്മാനിച്ചിട്ട് വീണ്ടും ആ ബ്രാഹ്മണസ്ത്രീയുമായി സംസാരത്തിലേർപ്പെട്ടു. വിജയശ്രീലാളിതനായി ഞാൻ എന്റെ കൂട്ടുകാരുടെ മുന്നിലെത്തി. എന്നാൽ കൊച്ചുപുരയ്ക്കൽ സുകുമാരനും എന്റെ ബന്ധുകൂടിയായ ഓമനക്കുട്ടനും പന്തയത്തുകയായ ഒരു രൂപ തരാതെ കാലുമാറിക്കളഞ്ഞു. "തമ്പി പി ലീലയെ തൊട്ടില്ല, അവരുടെ സാരിയിലാണ് തൊട്ടത്" അവർ വിധിയെഴുതി.

ഈ സംഭവം നടന്ന് ഒരു വ്യാഴവട്ടം കഴിയുന്നതിനു മുമ്പുതന്നെ *കാട്ടുമല്ലിക* എന്ന സിനിമയിലൂടെ ഞാൻ ഗാനരചയിതാവായി ചലച്ചിത്രരംഗത്തു പ്രവേശിച്ചു. *കാട്ടുമല്ലിക*യിലെ ഗാനം പാടാൻ മദിരാശിയിലെ അരുണാചലം സ്റ്റുഡിയോയിലെത്തിയ ലീലചേച്ചിയുടെ മുന്നിൽ ഉൽക്കണ്ഠയും ഭയവുമില്ലാതെ ഞാൻ നിന്നു. "പുതിയ ഗാനരചയിതാവാണ് അല്ലേ? മിടുക്കനാണെന്ന് സുബ്രഹ്മണ്യം മുതലാളി പറഞ്ഞു." ലീലചേച്ചി അഭിനന്ദിച്ചു. വിനയപൂർവം ചിരിച്ചുകൊണ്ട് ഞാൻ പറഞ്ഞു, "ഒരിക്കൽ ഞാൻ ചേച്ചിയെ ഒന്നു തൊടാൻ കൊതിച്ചിട്ടുണ്ട്."

ഒരു വാത്സല്യവസന്തത്തിന്റെ മരണം

'സർ,' 'മാഡം' എന്നീ സംബോധനകൾ ഭാരതീയരെ പഠിപ്പിച്ചത് ദീർഘകാലം നമ്മെ അടിമകളായി കരുതി ഈ നാട്ടിൽ ആധിപത്യം സ്ഥാപിച്ച ബ്രിട്ടീഷുകാരാണ്. മലയാളിയുടെ നാവിൽ 'സർ' ക്രമേണ 'സാർ' ആയി മാറി. 'മാഡം' 'മദാമ്മയും." വിദ്യാർഥികൾ അധ്യാപിക മാരെ മാഡം എന്നായിരുന്നു സംബോധന ചെയ്യേണ്ടത്. എന്നാൽ തിരു വിതാംകൂറിലെ പ്രത്യേകിച്ചും മധ്യതിരുവിതാംകൂറിലെ വിദ്യാർഥികൾ അധ്യാപികമാരെയും സാർ എന്നുതന്നെ വിളിച്ചു ശീലിച്ചു. ഇന്നും ആ പതിവു തുടരുന്നു. ഈ പ്രദേശത്ത് സാർ എന്ന പദത്തിന് അധ്യാപകൻ അല്ലെങ്കിൽ അധ്യാപിക എന്ന അർഥം എങ്ങനെ പ്രചരിച്ചു എന്നത് ഒരു നല്ല ഗവേഷണ വിഷയമാണെന്നു തോന്നുന്നു. മലബാർ പ്രദേശത്തു ചെന്ന് ഒരധ്യാപികയെ 'സാർ' എന്നു വിളിച്ചാൽ കുട്ടികൾ ചിരിക്കും. അവിടെ 'സാറ്' അധ്യാപകനാണ്, അധ്യാപിക 'ടീച്ചറും.'

കുട്ടിക്കാലത്ത് എന്നെ പഠിപ്പിച്ച അധ്യാപികമാരെല്ലാം അമ്മയുടെ അടുത്ത സുഹൃത്തുക്കളായിരുന്നു. എട്ടാം ക്ലാസുവരെ ഞാൻ പഠിച്ച പെൺപള്ളിക്കൂടം ഞങ്ങളുടെ തൊട്ടടുത്തായിരുന്നതുകൊണ്ട് ഇടവേള കളിൽ അവരിൽ പലരും അമ്മയെ സന്ദർശിക്കാൻ വരുമായിരുന്നു. അമ്മ യെക്കാൾ പ്രായമുള്ള മീനാക്ഷിയമ്മസാറ്, കല്യാണിയമ്മസാറ്, അമ്മ യുടെ സമപ്രായക്കാരിയായ ജാനകിയമ്മസാറ്, സംഗീതം പഠിപ്പിക്കുന്ന കമലാക്ഷിയമ്മസാറ്, ഡ്രോയിംഗ് പഠിപ്പിക്കുന്ന ഭവാനിയമ്മസാറ് തുട ങ്ങിയ അധ്യാപികമാരെല്ലാം വെള്ളം കുടിക്കാനും അമ്മയോടു സംസാ രിക്കാനും ചിലപ്പോൾ ഭക്ഷണം കഴിക്കാനും ഞങ്ങളുടെ വീട്ടിൽ വന്നി രുന്നു. ഇവരെല്ലാംതന്നെ വാക്കിലും നോക്കിലും പെരുമാറ്റത്തിലും എന്നോടു പ്രത്യേക വാൽസല്യം കാണിച്ചിരുന്നു. അതുകൊണ്ടുതന്നെ ക്ലാസിൽ തികഞ്ഞ അച്ചടക്കം പാലിക്കാൻ ഞാൻ നിർബന്ധിതനായി

രുന്നു. മുകളിൽപ്പറഞ്ഞ അധ്യാപികമാരിൽ നിന്നെല്ലാം വ്യത്യസ്തയായിരുന്നു ചെല്ലമ്മസാർ. അമ്മയ്ക്ക് അവർ സ്വന്തം അനുജത്തിയെപ്പോലെയായിരുന്നു. അതിനു മതിയായ കാരണവുമുണ്ട്. ഞങ്ങളുടെ തറവാട്ടിലെ പ്രധാന കൃഷിക്കാരനായിരുന്ന കൃഷ്ണൻനായരുടെ ബന്ധുവായിരുന്നു ചെല്ലമ്മസാറ്. കൃഷിക്കാരന്റെ അനന്തിരവൾ തിട്ടപ്പള്ളിൽ എന്ന വീട്ടിലായിരുന്നു താമസം. അമ്മയെക്കാൾ പ്രായക്കൂടുതലുള്ള അവരെ ഞങ്ങൾ 'തിട്ടപ്പള്ളിക്കാർ' എന്നാണു വിളിച്ചിരുന്നത്. തിട്ടപ്പള്ളിക്കാരുടെ ഭർത്താവ് സ്കൂളിൽ ഡ്രിൽ മാസ്റ്ററായിരുന്നു. അദ്ദേഹത്തിന്റെ സഹോദരിയുടെ മകളായിരുന്നു ചെല്ലമ്മസാർ. അമ്മാവനോടൊപ്പം തിട്ടപ്പള്ളിക്കാരുടെ തണലിലാണു വളർന്നത്. യൗവനം കഴിയാറായിട്ടും ചെല്ലമ്മസാറിന്റെ വിവാഹം നടന്നില്ല. പതിനെട്ടു വയസ്സിനു മുമ്പുതന്നെ ഒരു പെണ്ണ് വിവാഹിതയായില്ലെങ്കിൽ അതിലെന്തോ പന്തികേടുണ്ട് എന്ന് സമൂഹം വിശ്വസിച്ചിരുന്ന കാലമാണത്. വിവാഹം നടത്താത്തതിലുള്ള ദുഃഖം ചെല്ലമ്മസാറിനെ വല്ലാതെ അലട്ടിയിരുന്നു.

ഞാൻ പഠിച്ച പെൺപള്ളിക്കൂടത്തിൽനിന്നും ഏതാണ്ട് ഒരു മൈൽ അകലെയായി സ്ഥിതിചെയ്തിരുന്ന മലയാളം സ്കൂളിലായിരുന്നു ചെല്ലമ്മസാറിനു ജോലി. സ്കൂളിൽനിന്നു മടങ്ങുന്ന വഴി അവർ ഞങ്ങളുടെ വീട്ടിൽ വരും. അമ്മയുമായി കുറച്ചുനേരം സംസാരിച്ചിരിക്കും. മുറ്റത്തെ പൂവരശിൻ ചുവട്ടിൽ എന്നോടൊപ്പം പന്തുകളിക്കാൻ കൂടും. പോകുമ്പോൾ എന്നെ വാരിപ്പുണർന്ന് രണ്ടുകവിളുകളിലും ഉമ്മവയ്ക്കും. ഒരു ദിവസം എന്റെ രണ്ടുകൈകളും കൂട്ടിപ്പിടിച്ച് ആ ചുണ്ടുകളോടു ചേർത്ത് അവർ ഏറെ നേരമിരുന്നു. പെട്ടെന്ന് ആ കണ്ണുകൾ നിറഞ്ഞൊഴുകി. "ചെല്ലമ്മസാറ് എന്തിനാ കരയുന്നത്?" ഞാൻ ചോദിച്ചു. അവർ അതിനു മറുപടി പറയാതെ എന്റെ കൈവിരലുകൾ കൂടുതൽ ശക്തിയോടെ ആ ചുണ്ടുകളിലമർത്തി. അപ്പോൾ ആത്മഗതംപോലെ അമ്മ പറഞ്ഞു:

"നടക്കേണ്ട സമയത്ത് നിന്റെ കല്യാണം നടന്നിരുന്നെങ്കിൽ ചെല്ലമ്മയ്ക്ക് ഈ പ്രായത്തിൽ ഒരു കുട്ടിയുണ്ടായേനേ–" ചെല്ലമ്മസാറ് എന്റെ കൈകളിലെ പിടിമുറുക്കി.

"ഭവാനിചേച്ചിക്കറിയാമോ? ശ്രീ എന്റെ മോൻ തന്നെയാണെന്നാ എന്റെ വിചാരം. ഞാനൊരുപാടു തവണ ഇവനെ സ്വപ്നം കണ്ടിട്ടുണ്ട്. ഞങ്ങളൊരുമിച്ച് അമ്പലത്തിൽ പോകുന്നു. ബസ്സിൽ ഓരോരോ സ്ഥലങ്ങളിൽ പോകുന്നു... അങ്ങനെയങ്ങനെ...."

അമ്മയുടെ മനസ്സും കണ്ണുകളും ആർദ്രമായി. കണ്ണീരിലൂടെ മന്ദഹസിച്ച് അമ്മ പറഞ്ഞു.

"അതിനെന്താ... നീയവനെ നിന്റെ മോനായിത്തന്നെ കരുതിക്കോ. എനിക്കൊരു വിരോധവുമില്ല."

എന്റെ ഇളം മനസിൽ സ്നേഹത്തിന്റെ പല വർണങ്ങൾ വിടർന്നു.... വൈകുന്നേരങ്ങളിൽ ചെല്ലമ്മസാറിനുവേണ്ടി ഞാനും കാത്തിരിക്കാൻ തുടങ്ങി.

കുട്ടിക്കാലത്ത് രോഗങ്ങളായിരുന്നു എന്റെ പ്രധാന കൂട്ടുകാർ. ആസ്ത്മയും വിട്ടുമാറാത്ത പനിയും പ്രധാന ചങ്ങാതിമാരായിരുന്നു. അപ്പോഴാണ് ഒരു വലിയ രോഗത്തിന്റെ വരവ്. ഇടതുകാലിന്റെ തുടയിൽ മധ്യത്തിലായി ഒരു വീക്കം പ്രത്യക്ഷപ്പെട്ടു. ക്രമേണ അതു വളർന്നു. കാൽമുട്ടിനും അരക്കെട്ടിനുമിടയിലുള്ള മുഴുവൻ ഭാഗവും വീർത്തുവ ലുതായി. വേദന താങ്ങാനാവാതെ ഞാൻ ഉറക്കെ കരയുമ്പോൾ അമ്മയും ഒപ്പം കരയും. ബന്ധുവായ ഹോമിയോപ്പൊതി ഡോക്ടർ പഠി ച്ചപണി പതിനെട്ടും നോക്കിയിട്ടും ഫലമൊന്നുമുണ്ടായില്ല. ഹരിപ്പാട് അന്ന് ഒരു ഗവൺമെന്റ് ഡിസ്പെൻസറി മാത്രമേ ഉണ്ടായിരുന്നുള്ളൂ. എല്ലാ രോഗത്തിനും കിട്ടിയിരുന്നത് ചുവപ്പു നിറമുള്ള ഒരു ദ്രാവകമരു ന്നാണ്. ആ വെള്ളവും പല കുപ്പി കുടിച്ചു തീർത്തു. എന്നിട്ടും നീരി നൊരു കുറവുമില്ല. ഗവൺമെന്റ് ഡോക്ടർ പറഞ്ഞു: “തിരുവനന്തപുര ത്തുകൊണ്ടുപോകണം. ഇല്ലെങ്കിൽ കുട്ടി മരിച്ചുപോകും. ഈ കാണുന്ന വീക്കം മുഴുവൻ പഴുപ്പാണ്. ഉടനെ ഓപ്പറേറ്റ് ചെയ്തില്ലെങ്കിൽ പഴുപ്പ് ശരീരം മുഴുവൻ വ്യാപിക്കും.”

അമ്മ നിർത്താതെ കരഞ്ഞു. തിരുവനന്തപുരം അമ്മയെ സംബ ന്ധിച്ചിടത്തോളം വളരെ അകലെയായിരുന്നു. ഒടുവിൽ ഒരു ആയുർവേദ വൈദ്യൻ ചികിത്സ ഏറ്റെടുത്തു. “ഇത് കുട്ടികൾക്ക് വളരെ അപൂർവ മായി വരുന്ന രോഗമാണ്. ഞങ്ങൾ ഇതിന് ‘തുടവാർപ്പ്’ എന്നു പറയും.... ഞാനൊരു കഷായം തരാം. അതു മൂന്നു നേരം കൊടുക്കുക. അമൃ തിന്റെ ഇലയിൽ നെയ്യ് പുരട്ടി തുടയിൽ അമർത്തി വയ്ക്കുക. സാവധാ നത്തിൽ ഒരു ഭാഗത്ത് മുനപോലെ വരും. അതു പൊട്ടും, മുഴുവൻ പഴുപ്പും പുറത്തുപോകും. .... കുട്ടിക്ക് ആയുസുണ്ടെങ്കിൽ ഈ ചികിത്സ ഫലിക്കും.” പകൽ സമയങ്ങളിൽ നാലുകെട്ടിലെ തെക്കേ തളത്തിലുള്ള ആട്ടുകട്ടിലിൽ എന്നെ കിടത്തിയിട്ട് അമ്മ വീട്ടുജോലികൾ ചെയ്യും. വൈകുന്നേരമായാൽ തെക്കുവശത്തുള്ള വിശാലമായ വരാന്തയിൽ മെത്തപ്പായ വിരിച്ച് എന്നെ കിടത്തും. ചെല്ലമ്മസാർ സ്കൂൾ വിട്ടാലുടൻ ഓടിയെത്തും. എന്റെയടുത്തിരുന്ന് കഥപറഞ്ഞും ചില പഴയ പാട്ടുകൾ പാടിയും എന്നെ ആശ്വസിപ്പിക്കും. തലയിണ മാറ്റിവെച്ച് എന്റെ ശിര സെടുത്ത് അവരുടെ മടിയിൽ വെയ്ക്കും.

ഒരു ത്രിസന്ധ്യയ്ക്ക് അങ്ങനെ ആ സാന്ത്വനത്തിന്റെ സുഗന്ധത്തിൽ മയങ്ങുമ്പോഴാണ് അതീവ ശക്തിയാർന്ന ഒരു വിദ്യുത് തരംഗം എന്റെ തുടയിൽനിന്ന് ശരീരമാകെ പടർന്നൊഴുകിയത്. മെത്തപ്പായിൽ പഴുപ്പും ചോരയും നിറഞ്ഞു. അത്യാഹ്ലാദത്തോടെ ചെല്ലമ്മസാർ അമ്മയെ വിളിച്ചു: “ഭവാനിചേച്ചീ, ഓടിവാ... ശ്രീയുടെ തുടയിലെ പരു പൊട്ടി. ” പിന്നീട് മൂന്നുമാസം വേണ്ടിവന്നു ആ വ്രണം പൂർണമായുണങ്ങാൻ. എന്നെ ഏഴാം വയസിൽത്തന്നെ കൂട്ടിക്കൊണ്ടുപോകാൻ വന്ന മരണം തോറ്റ നിരാശയിൽ തുടയിലർപ്പിച്ചുപോയ മുദ്ര ഇപ്പോഴും ആഴത്തിൽ പതിഞ്ഞു കിടപ്പുണ്ട്. ആരാണ് എന്നെ രക്ഷിച്ചത്? ആയുർവേദമോ അമ്മ

യുടെ മനസുരുകിയ പ്രാർഥനയോ അതോ ചെല്ലമ്മസാറിന്റെ വാത്സല്യമോ?

ഞാൻ വളർന്നു ഹൈസ്കൂൾ ക്ലാസിലെത്തിയതോടെ സാഹിത്യത്തിലേക്കും സിനിമയിലേക്കും മനസ്സ് തിരിഞ്ഞു. ചെല്ലമ്മസാർ വീട്ടിൽ വരുന്ന വൈകുന്നേരങ്ങളിൽ ഞാൻ ഹരിപ്പാട്ടു ടൗൺ ഹാളിനടുത്തുള്ള കേരളവർമ്മ മെമ്മോറിയൽ സെൻട്രൽ ലൈബ്രറിയിലായിരിക്കും. തകഴിയും പൊൻകുന്നം വർക്കിയും പി കേശവദേവും മുട്ടത്തുവർക്കിയും കോട്ടവിള പുരുഷോത്തമപ്പണിക്കരും വള്ളത്തോളും ഉള്ളൂരും ചങ്ങമ്പുഴയും ജി ശങ്കരക്കുറുപ്പും വൈലോപ്പിള്ളിയും പി കുഞ്ഞിരാമൻ നായരും കാട്ടിത്തന്ന വ്യത്യസ്ത ലോകങ്ങളിൽ മനസ്സു ചുറ്റിത്തിരിഞ്ഞു. അപൂർവമായി ചെല്ലമ്മസാറിനെ കാണുമ്പോൾ അവർ പരിഭവം പറയും, “ശ്രീ എന്നെ പാടേ മറന്നു.”

അപ്പോ അമ്മ എന്റെ സഹായത്തിനെത്തും.

“അവൻ നിന്നെ മറന്നിട്ടൊന്നുമില്ല. പെറ്റതള്ളയായ എന്റടുത്തു പോലും അവൻ ഈയിടെയായി കൂടുതൽ അടുപ്പം കാണിക്കാറില്ല.”

ഒരു ദിവസം രാത്രിയിൽ കഞ്ഞിയും പയറും കടുമാങ്ങയും വിളമ്പുന്നതിനിടയിൽ അമ്മ പറഞ്ഞു: “ചെല്ലമ്മയുടെ കല്യാണം നിശ്ചയിച്ചു. കൂടെ ജോലിനോക്കുന്ന ഒരു സാറു തന്നെയാ പയ്യൻ. അയാളുടെ രണ്ടാം കെട്ടാണ്. ആദ്യഭാര്യ മരിച്ചുപോയത്രേ...”

“രണ്ടാം കെട്ട്” എന്ന പ്രയോഗം ഒരു മുള്ളായി എന്റെ മനസിൽ തറച്ചു. അധികം വൈകാതെ അമ്മയും തിട്ടപ്പള്ളിക്കാരുമായി സംസാരിക്കുന്നതു കേട്ട് ഞാൻ സ്തബ്ധനായി.

“എനിക്കീ ബന്ധം ഇഷ്ടമല്ല. പക്ഷേ, അവൾക്കു നിർബന്ധം. ആ മനുഷ്യൻ ആദ്യ ഭാര്യയെ ചവിട്ടിക്കൊന്നതാണെന്നാണ് നാട്ടുകാർ പറയുന്നത്.'

മനസിൽ തറച്ച മുള്ള് കൂടുതൽ ആഴ്ന്നിറങ്ങി.

തികച്ചും ലളിതമായി നടന്ന ആ വിവാഹത്തിന് അമ്മയോടൊപ്പം ഞാനും പോയിരുന്നു. വരൻ ഒരു മധ്യവയസ്കൻ. മുഖത്ത് രൗദ്രഭാവം മാത്രം.. ആദ്യഭാര്യയെ തൊഴിച്ചുകൊന്നവൻ എന്ന വാക്യം ഓർമയിൽ പ്രതിധ്വനിച്ചതോടെ എന്റെ ഹൃദയം തളർന്നു. നല്ല ഉയരമുള്ള വെളുത്ത നിറവും സുന്ദരമായ മുഖവുമുള്ള ചെല്ലമ്മസാർ ഈ മനുഷ്യനെ ഭർത്താവായി സ്വീകരിക്കാൻ എന്തുകൊണ്ടു തയാറായി? എനിക്ക് ഉത്തരം കിട്ടിയില്ല.

മാവേലിക്കരയോടു തൊട്ടു കിടക്കുന്ന ഒരു ഗ്രാമത്തിലായിരുന്നു വരന്റെ വീട്. ചെല്ലമ്മസാർ ഭർത്താവിന്റെ വീട്ടിൽ താമസമാക്കി. ചെല്ലമ്മസാറിനും ആ സ്ഥലത്തിനടുത്തുള്ള സ്കൂളിലേക്കു മാറ്റം കിട്ടി.

ചെല്ലമ്മസാർ ഗർഭിണിയാണെന്നറിഞ്ഞപ്പോൾ മുറുക്കും ഉണ്ണിയപ്പവും മറ്റും ഉണ്ടാക്കി അവരുടെ വീട്ടിലേക്കു പോയി, കൂടെ ഞാനും. ഞങ്ങളെ കണ്ടപ്പോൾ അവർ പൊട്ടിക്കരഞ്ഞു. മുഖത്തു രൗദ്രഭാവം

മാത്രം വരുത്തുന്ന കത്തിവേഷം അർഥഗർഭമായി ഞങ്ങളെ നോക്കി. ചായകുടിച്ചുകൊണ്ടിരിക്കുമ്പോൾ പിന്നിൽവന്നുനിന്ന് അവർ എന്റെ തല മുടിയിൽ വിരലോടിച്ചു. ചെല്ലമ്മസാർ ദുഃഖിതയാണെന്നു ഞാൻ മന സിൽ എഴുതി. മടക്കയാത്രയിൽ ബസിലിരുന്ന് അമ്മ പറഞ്ഞു. "അവൾ ക്കീ ബന്ധം വേണ്ടായിരുന്നു. തിട്ടപ്പള്ളിക്കാരു പറഞ്ഞതാ സത്യം. എടു ത്തുചാട്ടമായിപ്പോയി."

ഒരുദിവസം അമ്മ ഉച്ചത്തിൽ കരയുന്നതുകേട്ടു കൊണ്ടാണ് ഞാൻ വീട്ടിലെത്തിയത്. തിട്ടപ്പള്ളിക്കാര് അമ്മയുടെ അടുത്തിരിക്കുന്നു. അവരും ഉച്ചത്തിൽ നിലവിളിക്കുകയാണ്. അന്തംവിട്ടു നിന്ന എന്റെ നെഞ്ചു തകർത്തുകൊണ്ട് അമ്മ പറഞ്ഞു: "നമ്മുടെ ചെല്ലമ്മ മരിച്ചുപോയോടാ. നമുക്കുടനെ അങ്ങോട്ടു പോകണം."

വാഴയിലയിൽ നീണ്ടു നിവർന്നു നിശ്ചലമായി കിടക്കുന്ന ചെല്ലമ്മ സാറിന്റെ കാൽക്കൽ ഒരു കുറ്റവാളിയെപ്പോലെ ഞാൻ നിന്നു. യാതൊരു കൂസലുമില്ലാതെ കത്തിവേഷം മുറിയുടെ ഒരു കോണിൽ നിൽക്കുന്ന തുകണ്ടു.

തിട്ടപ്പള്ളിക്കാര് അൽപ്പം ഉച്ചത്തിൽ പറഞ്ഞു: "അവൾ ചത്തതല്ല. ആദ്യഭാര്യയെ കൊന്നതുപോലെ എന്റെ കൊച്ചിനെയും അവൻ ചവിട്ടി കൊന്നുകാണും."

എന്റെ രക്തം തിളച്ചു. ഒറ്റവെട്ടിന് അയാളെ കൊല്ലണം. സ്നേഹ ത്തിന്റെ ഒരു വസന്തത്തെയാണ് ആ ദുഷ്ടൻ നശിപ്പിച്ചത്. അയാളെ കൊല്ലുകതന്നെ വേണം.... പക്ഷേ, പതിനാലുകാരനായ എനിക്ക് അതിനു കഴിവില്ലല്ലോ.. ചെല്ലമ്മ ടീച്ചറുടെ മടിയിൽ തലവയ്ക്കുന്നതായി സങ്കൽ പ്പിച്ച് ഞാൻ ഏറെ നേരം കരഞ്ഞു... വെറുതെ ഭീരുക്കൾക്ക് കരയാനല്ലേ കഴിയൂ!

ലവലോലിക്കയും മുനയൊടിഞ്ഞ പെൻസിലും

നെല്ലിക്കയുടെ ആകൃതിയും വലുപ്പവുമുള്ളതാണ് ലവലോലിക്ക. നന്നേ പഴുത്തു കഴിഞ്ഞാൽ രക്തത്തിന്റെ നിറമാണതിന്. എന്റെ കുട്ടിക്കാലത്ത് സ്കൂളിൽ ചില കുട്ടികൾ നെല്ലിക്ക കൊണ്ടുവന്ന് കൂട്ടുകാർക്കിടയിൽ വിതരണം ചെയ്യുന്ന പതിവുണ്ടായിരുന്നു. നമ്മുടെ ചില രാഷ്ട്രീയ പാർട്ടികളിൽ ഇന്നു പ്രബലമായി കാണുന്ന 'ഗ്രൂപ്പിസം' ലളിതമായ രീതിയിൽ ഒരു ക്ലാസിലെ കുട്ടികൾക്കിടയിലും അന്നു നിലനിന്നിരുന്നു എന്നു പറയാം. നെല്ലിക്ക കൊണ്ടുവരുന്നയാൾക്ക് ഒരു ജേതാവിന്റെ ഭാവമാണ്. സ്വന്തം ഗ്രൂപ്പിൽപ്പെട്ടവർക്കു മാത്രമേ അവൻ നെല്ലിക്ക കൊടുക്കുകയുള്ളൂ. ആദ്യം കയ്പ്പും പിന്നെ മധുരവും നാവിൽ വിതറുന്ന നെല്ലിക്ക തിന്നുന്ന സമയത്ത് ജേതാവ് അവർക്കിടയിലെ ജേതാവായി മാറും. നെല്ലിക്ക കിട്ടാത്ത എതിർഗ്രൂപ്പുകാർ അവരുടെ നിരാശയും വെറുപ്പും കടിച്ചമർത്തി പ്രതികാരം ചെയ്യാൻ കാത്തിരിക്കും. ചാമ്പയ്ക്ക, അധികം പഴുക്കാത്ത പുളി തുടങ്ങിയ പദാർഥങ്ങൾ കൊണ്ടുവന്ന് സ്വന്തം ഗ്രൂപ്പുകാർക്കു കൊടുത്ത് ചിലർ ആശ്വസിക്കാൻ ശ്രമിക്കും. ഞാൻ നാലാം ക്ലാസിൽ പഠിക്കുമ്പോൾ പതിവായി നെല്ലിക്ക കൊണ്ടുവന്നിരുന്ന സഹപാഠി ഞങ്ങളുടെ ക്ലാസിലെ വലതുപക്ഷത്തിന്റെ നേതാവായിരുന്നു. ഇടതുഗ്രൂപ്പിന്റെ തലവനായിരുന്ന എനിക്ക് ഒരിക്കൽപ്പോലും അവൻ നെല്ലിക്ക തന്നിട്ടില്ല. ആ നിരാശ മസ്തിഷ്കത്തിലെ ന്യൂറോണുകളിൽ പടർന്നിറങ്ങിയതുകൊണ്ടാവാം എനിക്കു നെല്ലിക്കയോടു തോന്നിയിരുന്ന അഭിനിവേശം കുറഞ്ഞുകുറഞ്ഞുവന്നു (ഇടത്-വലത് പ്രയോഗം കണ്ട് അതിൽ രാഷ്ട്രീയമുണ്ടെന്ന് ധരിക്കരുത്. അന്ന് കേരളത്തിൽ കമ്യൂണിസ്റ്റ്-സോഷ്യലിസ്റ്റ് കക്ഷികൾ വളർച്ചയുടെ പ്രാരംഭദശയിലായിരുന്നു. വളർന്നു കഴിഞ്ഞാലല്ലേ പിളരാനാവൂ).

ഞങ്ങളുടെ ക്ലാസിലെ പെൺകുട്ടികളിൽ ഏറ്റവും സുന്ദരി ശ്യാമളയായിരുന്നു. ക്ലാസിലെ എല്ലാ ആൺകുട്ടികൾക്കും ശ്യാമളയെ ഇഷ്ടമായിരുന്നു. നെല്ലിയുള്ള വീട്ടിൽ നിന്നുവരുന്ന എന്റെ ശത്രു ശ്യാമളയ്ക്കും നെല്ലിക്ക കൊടുക്കുമായിരുന്നു. ഒരുദിവസം തനിക്കുകിട്ടിയ രണ്ടു നെല്ലിക്കയിൽ ഒരെണ്ണം ശ്യാമള എന്റെ നേർക്കു നീട്ടി. അഭിമാനിയായ ഞാൻ അതുവാങ്ങിയില്ല. അഭിമാനമല്ല, കൊതിയാണു പ്രധാനം എന്നു വിശ്വസിക്കുന്ന മറ്റൊരു കൂട്ടുകാരൻ ആവേശത്തോടെ കൈനീട്ടിയെങ്കിലും ശ്യാമള കൈമാറ്റിക്കളഞ്ഞു. പിന്നെ, ആദ്യത്തെ നെല്ലിക്കയുടെ കുരു തുപ്പിയിട്ട് രണ്ടാമത്തെ നെല്ലിക്കയും അവൾ വായിലിട്ടു. നെല്ലിക്ക സ്വീകരിച്ചില്ലെങ്കിലും മറ്റു കൂട്ടുകാർക്കു നൽകാത്ത പ്രാധാന്യം ശ്യാമള എനിക്കു നൽകിയതിൽ ഞാനാഹ്ലാദിച്ചു. എട്ടു വയസുകാരന്റെ മനസിൽ ഉണർന്ന ആ പ്രത്യേക വികാരത്തിന് എന്തുപേരാണ് പറയുക! രാത്രിയിൽ വലിയ നിലവിളക്കിന്റെ മുമ്പിൽ പഠിക്കാനിരിക്കുമ്പോൾ നെല്ലിക്ക പിടിച്ച തുടുത്ത വിരലുകൾ മനസിൽ നിറഞ്ഞുനിന്നു. നന്ദിനിറഞ്ഞ മന്ദസ്മിതത്തിലൂടെ ഇടവേളകളിൽ ഞാൻ ശ്യാമളയെ നോക്കും. പക്ഷേ, അവൾ അതു ശ്രദ്ധിക്കാത്ത ഭാവത്തിൽ നടന്നുകളയും. അവൾ തനിക്കു കിട്ടിയതിന്റെ പങ്കുതന്നപ്പോൾ ഞാൻ നിരസിച്ചതുകൊണ്ടുള്ള പരിഭവമായിരിക്കുമോ? എനിക്കു കുറ്റബോധം തോന്നി. അങ്ങേയറ്റം ലജ്ജാശീലനായിരുന്ന എനിക്ക് ശ്യാമളയോടു സംസാരിക്കാനും ധൈര്യമുണ്ടായില്ല. ഒരുദിവസം രാവിലെ സ്കൂളിൽവന്ന ശ്യാമള പ്രത്യേകിച്ചൊരു ഭാവവും പ്രകടിപ്പിക്കാതെ എന്നെ കൈകാട്ടിവിളിച്ചു. തികഞ്ഞ അത്ഭുതത്തോടെ ഞാൻ അടുത്തു ചെന്നു. അവൾ തന്റെ സഞ്ചിയിൽ നിന്നും ചുവപ്പു നിറമുള്ള രണ്ടു പഴങ്ങളെടുത്ത് എന്റെ കയ്യിൽ വച്ചുതന്നു.

“വേഗം തിന്നോ. ആരെയും കാണിക്കരുത്.. എല്ലാവർക്കും കൊടുക്കാൻ എന്റെ കയ്യിലില്ല.”

കൈവെള്ളയിലിരിക്കുന്ന തുടുത്ത പഴങ്ങൾകണ്ട് അമ്പരന്ന് ഞാൻ ചോദിച്ചു:

“ഈ നെല്ലിക്കയെന്താ ചുവന്നിരിക്കുന്നത്?”

കാര്യഗൗരവമുള്ള ഒരു പ്രൗഢയുടെ മട്ടിൽ ശ്യാമള പറഞ്ഞു:

“എടോ മണ്ടച്ചാരേ.. ഇതു നെല്ലിക്കയല്ല. ലവലോലിക്കയാണ്. തിന്നോ. നല്ല സ്വാദാ... ഞാനിനിയും കൊണ്ടു വന്നു തരാം.”

ഞാൻ അൽപ്പം മാറിനിന്ന് ആ പഴങ്ങൾ തിന്നു. സഞ്ചിയിൽ നിന്ന് കുറെ പഴങ്ങൾകൂടിയെടുത്ത് ശ്യാമള തന്റെ കൂട്ടുകാരായ പെൺകുട്ടികൾക്കു കൊടുത്തു. ഒരു കാര്യം ഞാൻ പ്രത്യേകം ശ്രദ്ധിച്ചു. ആൺകുട്ടികളിൽ എനിക്കു മാത്രമേ ശ്യാമള ലവലോലിക്ക തന്നുള്ളൂ. ഈ അറിവ് എന്നെ കൂടുതൽ ലജ്ജാശീലനാക്കി.

ഞങ്ങളുടെ സ്കൂളിന് നേരെ എതിരെയുള്ള കിഴക്കേടത്ത് വാരിയത്ത് നിറയെ ശീമപ്പുളിയുണ്ടായിരുന്നു. ഇടവേളസമയത്ത് ഞങ്ങൾ അവിടെപോയി ശീമപ്പുളി പറിക്കും. രണ്ടുമൂന്നെണ്ണം ഞാൻ ശ്യാമളയ്ക്കായി കരുതും. ചുവന്ന ലവലോലിക്കയ്ക്കുപകരം ഇളം പച്ചനിറമുള്ള ശീമപ്പുളി.

ഒരുദിവസം പ്രകൃതിപാഠത്തിന്റെ നോട്ടെഴുതിക്കൊണ്ടിരിക്കുമ്പോൾ എന്റെ പെൻസിൽ ഒടിഞ്ഞുപോയി. പെൻസിൽ വെട്ടാനുള്ള ബ്ലെയിഡ് എന്റെ കൈവശമുണ്ടായിരുന്നില്ല. അതിനൊന്നും പണം ചെലവാക്കരുതെന്ന് അമ്മ പറയുമായിരുന്നു. വർഷത്തിൽ രണ്ടുപെൻസിലിൽ കൂടുതൽ വാങ്ങിത്തരികയില്ല. നാലാം ക്ലാസുകാരന് ഫൗണ്ടൻ പേന അക്കാലത്ത് ഒരു വിദൂരസ്വപ്നം മാത്രമായിരുന്നു. മഷിക്കുപ്പിയിൽ നിബ് മാത്രം പിടിപ്പിച്ച് പേന മുക്കിയാണ് വീട്ടിലിരുന്ന് നോട്ടുകൾ പകർത്തിയിരുന്നത്. നോട്ടെഴുതാതിരുന്ന എന്നെനോക്കി ജാനകിയമ്മസാറ് ചോദിച്ചു: "എന്താ തമ്പീ, എന്തു പറ്റി?" "പെൻസിലിന്റെ മുന ഒടിഞ്ഞുപോയി" ഞാൻ പറഞ്ഞു.

എന്റെ അമ്മയുടെ സ്നേഹിത കൂടിയായ ജാനകിയമ്മ സാർ പെട്ടെന്നു മ്ലാനവദിയായെങ്കിലും വളരെ വേഗംതന്നെ ഭാവം മാറ്റി കോപമഭിനയിച്ചു.

"മുനയൊടിയുന്ന പെൻസിലുമായിട്ടാണോ ക്ലാസിൽ വരുന്നത്. തമ്പി ഈയിടെയായി കുറെ അശ്രദ്ധ കാണിച്ചു തുടങ്ങിയിട്ടുണ്ട്. ഞാൻ ഭവാനിയമ്മയെ ഒന്നു കാണട്ടെ." എനിക്കു കരച്ചിൽ വന്നു. ക്ലാസിൽ മിക്കവാറും എല്ലാ വിഷയങ്ങളിലും ഒന്നാമനോ രണ്ടാമനോ ആയിരുന്ന എന്നോട് എല്ലാ അധ്യാപകർക്കും പ്രത്യേക വാത്സല്യം തോന്നിയിരുന്നു. വഴക്കും തല്ലും അപൂർവമായി മാത്രമേ എനിക്കു കിട്ടിയിരുന്നുള്ളൂ. ജാനകിയമ്മ സാറിന്റെ ഭാവമാറ്റം എന്നെ കരയിച്ചതിന്റെ പശ്ചാത്തലമിതാണ്..

എന്തു ചെയ്യണമെന്നറിയാതെ നിറമിഴികളുമായി മുഖം കുനിച്ചിരുന്ന എന്റെ മുമ്പിലേക്ക് മനോഹരമായ ഒരു കൈയും ഒരു പെൻസിലും നീണ്ടു വന്നു.

"ഇതുകൊണ്ടെഴുതിക്കോ. സ്കൂൾ വിട്ടു പോകുമ്പം തിരിച്ചു തന്നാമതി."

മുൻവശത്തെ ബഞ്ചിൽനിന്ന് എന്നെ തഴുകുന്ന ആ കണ്ണുകൾ ശ്യാമളയുടേതുതന്നെ.

എത്രയെത്ര ലവലോലിക്കകൾ! എത്രയെത്ര പെൻസിലുകൾ– എട്ടാം ക്ലാസുവരെ ഞാനും ശ്യാമളയും ഒരേ ക്ലാസിലായിരുന്നു. ഹൈസ്കൂളിലെത്തിയപ്പോൾ ഞങ്ങൾ രണ്ടു ഡിവിഷനുകളിലായി. പിന്നെ കണ്ടുമുട്ടലുകൾ വല്ലപ്പോഴുമായി. എന്റെ ശ്രദ്ധ സാഹിത്യത്തിലേക്കും

സംഗീതത്തിലേക്കും നാടകത്തിലേക്കും തിരിഞ്ഞു. ഫിലിം തുണ്ടുകളും, ഇലക്ട്രിക് ബൾബുപയോഗിച്ച് സിനിമാ പ്രദർശനം നടത്തി കൂട്ടുകാരെ കാണിക്കുക, സ്കിറ്റുകൾ എഴുതി കൂട്ടുകാരോടൊപ്പം അഭിനയിക്കുക, കേരളവർമ്മ മെമ്മോറിയൽ സെൻട്രൽ ലൈബ്രറിയിൽ പോയി വിവിധ പ്രസിദ്ധീകരണങ്ങളും ഗ്രന്ഥങ്ങളും വായിക്കുക- അങ്ങനെ എന്റെ ദിവസങ്ങൾ സഫലങ്ങളായി. സ്കൂൾ കോമ്പൗണ്ടിൽവച്ച് അവിചാരിതമായി കണ്ടാൽ ശ്യാമള ചിരിക്കും.

'തമ്പി, പ്രസംഗം നന്നായിരുന്നു' അല്ലെങ്കിൽ 'തമ്പിയുടെ ഫാൻസി ഡ്രസ്സ് എനിക്കിഷ്ടപ്പെട്ടു' - അഭിനന്ദനം മാത്രം. പിന്നെ ഒന്നും പറയാത്ത മട്ടിൽ നടന്നകലും. പതിനാറാം വയസിൽ ഞങ്ങൾ പിരിഞ്ഞു. പിന്നെ ഇന്നേവരെ ഞാൻ ശ്യാമളയെ കണ്ടിട്ടില്ല. അമ്മയും അമ്മൂമ്മയുമായി വാർധക്യത്തിലെത്തി നിൽക്കുന്ന ശ്യാമള ഇതു വായിക്കുമോ? അറിയില്ല.

ഏഴോ എട്ടോ വർഷംമുമ്പ് ഞാൻ തിരുവനന്തപുരത്തെ ഒരു വെജിറ്റേറിയൻ റസ്റ്റോറന്റിൽ ഭക്ഷണം കഴിക്കാൻ കയറി. സാധാരണയായി സിനിമയിലെ പ്രമാണിമാർ കയറാൻ മടിക്കുന്ന തരത്തിലുള്ള ഒരു ചെറിയ ഹോട്ടലാണത്. എനിക്കെതിരെ ഇരുന്ന് ഭക്ഷണം കഴിക്കുന്ന ചെറുപ്പക്കാരൻ കൗതുകപൂർവം എന്നെ ശ്രദ്ധിക്കുന്നതു ഞാൻ കണ്ടു. അയാൾക്കെന്നോടു സംസാരിക്കാനാഗ്രഹമുണ്ടെന്നും ഭയംകൊണ്ടാണ് നിശ്ശബ്ദനായിരിക്കുന്നതെന്നും എനിക്കു മനസിലായി. അതുകൊണ്ട് ഞാൻ തന്നെ മുൻകൈയെടുത്തു.

"പഠിക്കുകയാണോ?" ഞാൻ ചോദിച്ചു.

"അതെ" ആവേശത്തോടെ അയാൾ മറുപടി പറഞ്ഞു. "ശ്രീകുമാരൻ തമ്പിസാറല്ലേ. കുറെനേരമായി ഞാൻ ചോദിക്കണമെന്നു വിചാരിക്കുന്നു. പക്ഷേ, പിന്നെ സംശയം തോന്നി. സാറിനെപ്പോലുള്ളവർ ഇത്തരം ചെറിയ കടകളിൽ കയറുമോ."

"എവിടെയാ വീട്?" ഞാൻ വിഷയം മാറ്റി. "ഒരുപക്ഷേ, എന്നെ സാർ തിരിച്ചറിഞ്ഞേക്കും. സാറിന്റെ കൂടെ പെൺപള്ളിക്കൂടത്തിൽ ഒരു ശ്യാമള പഠിച്ചിരുന്നില്ലേ, ഞാൻ അവരുടെ സഹോദരിയുടെ മകനാണ്."

"ശ്യാമള എന്നെക്കുറിച്ച് പറഞ്ഞിട്ടുണ്ടോ?" ഞാൻ ചോദിച്ചു.

നിഷ്കളങ്കമായി ചിരിച്ച് ചെറുപ്പക്കാരൻ പറഞ്ഞു: "സാറ് എഴുതിയ പാട്ടുകൾ കേൾക്കുമ്പോഴും ഡയറക്ട് ചെയ്ത സിനിമ കാണുമ്പോഴും അഭിമാനത്തോടെ ഞങ്ങളോടെല്ലാം പറയും - എന്നിട്ട് ഇത്രയും കൂടി പറയും - തമ്പി വളരെ വലിയ ആളായിപ്പോയില്ലേ എന്നെയൊക്കെ എങ്ങനെ ഓർക്കാനാ."

ഞാൻ ചിരിച്ചു. " അങ്ങനെ കരുതുന്ന കൂട്ടുകാരുണ്ട്. ഏതായാലും മോൻപോയി ശ്യാമളയോടു പറയൂ, ആ ലവലോലിക്കയുടെ രുചി ഇപ്പോഴും എന്റെ നാവിലുണ്ടെന്ന്."

പ്രണയമെന്തെന്നറിയാത്ത എട്ടാം വയസിൽ എന്റെ മനസിൽ തെളിഞ്ഞ ആ തുടുത്ത വിരലുകളെ ഞാൻ ഇപ്പോഴും ഓർമിക്കുന്നതെന്തുകൊണ്ട്. എനിക്കറിഞ്ഞുകൂടാ. സ്ത്രീ സൗന്ദര്യം വിടർത്തുന്ന കവിതയുടെ ഒരു തുള്ളി ആ എട്ടാം വയസിൽത്തന്നെ എന്റെ മനസിന്റെ താമര ഇതളിൽ വീണുവോ?

അരയാൽ മരത്തിന്റെ വിത്ത് എത്ര ചെറുതാണ്. പക്ഷേ, ഓരോ വിത്തും ഓരോ പ്രതിജ്ഞയാണ്. "ഞാൻ ഒരരയാലായി വളരും" എന്ന പ്രതിജ്ഞ.

തകർന്ന മൺപാത്രങ്ങൾ

കോന്നനാശാനാണ് എന്നെ അക്ഷരം പഠിപ്പിച്ചത്. 'കോന്നൻ' എന്ന പേര് ഗോവിന്ദൻ എന്ന നാമം ലോപിച്ചുണ്ടായതായിരിക്കണം. ഏതായാലും നാട്ടിലാരുംതന്നെ എന്റെ ആശാനെ ഗോവിന്ദൻ എന്നു വിളിച്ചു കേട്ടിട്ടില്ല. എല്ലാവരും ആശാനെ കോന്നനാശാൻ എന്നുതന്നെ വിളിച്ചു. ഞങ്ങളുടെ മൂലകുടുംബമായ പുന്നൂർമഠത്തിനു കിഴക്കുഭാഗത്തുള്ള മുല്ലശ്ശേരിൽ പുരയിടത്തിലായിരുന്നു കോന്നനാശാൻ നടത്തിയിരുന്ന വിദ്യാലയം. അക്കാലത്ത് ഹരിപ്പാടുപോലെയുള്ള ഗ്രാമങ്ങളിൽ കിന്റർഗാർട്ടൻ സ്കൂളുകളും പ്ലേ സ്കൂളുകളുമൊന്നും ഉണ്ടായിരുന്നില്ല. ആ സ്ഥാനത്ത് 'ആശാൻപള്ളി' കളാണുണ്ടായിരുന്നത്. ഓലമേഞ്ഞ ഒരു ചെറിയ കുടിലായിരുന്നു ഞാൻ പഠിച്ച ആശാൻ പള്ളി. അവിടെ ഹെഡ്മാസ്റ്ററും അധ്യാപകനും ശിപായിയുമെല്ലാം കോന്നനാശാൻ തന്നെ.... കുടിലിന് വാതിലും ജനലുമൊന്നുമില്ല. ആർക്കുവേണമെങ്കിലും യഥേഷ്ടം അകത്തുകയറാം. നായ്ക്കൾക്കും പൂച്ചകൾക്കും ഉറങ്ങാനിടം തേടുന്ന ഭിക്ഷക്കാരനുമൊക്കെ ഒഴിവുനേരങ്ങളിൽ ആശാൻ പള്ളിയിൽ അഭയം തേടാം. രാവിലെ ആശാൻ വന്ന് അതിഥികളെ ബലം പ്രയോഗിച്ച് പുറത്തിറക്കും. ആശാനെത്തുന്നതിനുമുമ്പു കുട്ടികൾ വന്നാൽ അവർ ആ കടമ നിർവഹിക്കും. വെള്ളമണൽ വിരിച്ച തറയിലിരുന്നാണ് കുട്ടികൾ പഠിക്കുക. അവർക്കഭിമുഖമായി ഒരു മരപ്പലകയിൽ ആശാനിരിക്കും. ബ്ലാക്ക് ബോർഡും സ്ലേറ്റുമൊന്നുമില്ല. നിലത്താണെഴുതുന്നത്. ആശാൻ എഴുതിക്കാണിക്കുന്നതും മണ്ണിൽത്തന്നെ. അമ്പതോളം കുട്ടികൾ അന്ന് കോന്നനാശാന്റെ പള്ളിയിൽ പഠിച്ചിരുന്നു എന്നാണോർമ. പറഞ്ഞാലനുസരിക്കാത്ത ശിഷ്യരെയും പഠിക്കാൻ മടികാണിക്കുന്ന കുട്ടികളെയും

ആശാൻ നന്നായി ശിക്ഷിച്ചിരുന്നു. പുന്നൂർ പുരയിടത്തിനും മുല്ലശ്ശേരിൽ പുരയിടത്തിനുമിടയിലുള്ള കാവിൽ മുളങ്കൂട്ടവും ഈറൻകൂട്ടവും ഉണ്ടായിരുന്നു. കാവിൽനിന്നും വെട്ടിയെടുത്തു സൂക്ഷിക്കുന്ന പല ദൈർഘ്യങ്ങളിലുള്ള ചൂരൽവടികളായിരുന്നു ആശാന്റെ പ്രധാന ആയുധങ്ങൾ. ചിലപ്പോൾ നഖമുള്ള വിരലുകൾകൊണ്ട് നുള്ളുകയും ചെയ്യും. രണ്ടു വിരലുകൾക്കിടയിൽ മൺതരികളെടുത്ത് പ്രത്യേകരീതിയിൽ നുള്ളുന്ന പതിവുമുണ്ട്. ചിലർ വേദനകൊണ്ട് ഉച്ചത്തിൽ അലമുറയിടും. മറ്റു ചിലർ മണ്ണിൽ കിടന്ന് ഉരണ്ടുകരയും. ആശാൻ അതൊന്നും കൂട്ടാക്കുകയില്ല. അക്ഷരമാലയും കൂട്ടക്കരച്ചിലും ചേർന്ന ഒരു സംഘഗാനമായിരിക്കും ആശാൻപള്ളിയിൽനിന്നും പിന്നെ ഉയർന്നു കേൾക്കുന്നത്.

ബുക്കിനുപകരം പനയോലയാണ് കുട്ടികൾ കൊണ്ടുവരിക. ഓലയിൽ നാരായംകൊണ്ട് ആശാൻ അക്ഷരങ്ങളും അക്കങ്ങളുമൊക്കെ എഴുതിത്തരും. വീട്ടിൽവന്ന് ഓലയിൽ നോക്കി ഗൃഹപാഠം ചെയ്യണം. ഇന്ന് ആശാൻ ഓലയിൽ എഴുതിത്തരുന്ന പാഠം നാളെ ആശാൻപള്ളിയിൽ ചെല്ലുമ്പോൾ ആശാനെ നിലത്തെഴുതി കാണിക്കണം. തെറ്റിയാൽ ചൂരൽപ്രയോഗം ഉറപ്പ്.

ഞങ്ങളുടെ വീടിനെ സ്പർശിച്ചുപോകുന്ന ഇടവഴിയുടെ മറുവശത്തായിരുന്നു നന്ദവനം. ദേവേന്ദ്രന്റെ പൂങ്കാവനത്തിന്റെ പേരുള്ള ഈ പുരയിടവും ഒരിക്കൽ ഒരു പൂന്തോട്ടമായിരുന്നു. ഹരിപ്പാട് സുബ്രഹ്മണ്യക്ഷേത്രത്തിലെ പൂജകൾക്കാവശ്യമായ പൂക്കൾ ഒരുകാലത്ത് ഈ നന്ദവനത്തിൽ നിന്നാണ് ലഭിച്ചിരുന്നത്. ചെടികൾ നനയ്ക്കുന്നതിനാവശ്യമായ വെള്ളം സംഭരിക്കുന്നതിന് ഇടവഴിയോടു ചേർന്ന മൂലയിൽ ഒരു ചെറിയ കുളവുമുണ്ടായിരുന്നു. നന്ദവനത്തിന്റെ തെക്കു പടിഞ്ഞാറേ കോണിൽ ഒരു കൊച്ചു കുടിലിലായിരുന്നു ആശാന്റെ താമസം. അദ്ദേഹത്തിന് ഭാര്യയോ മക്കളോ ബന്ധുക്കളോ ഉണ്ടായിരുന്നില്ല. നന്ദവനത്തിലെ ചെടികൾ നനയ്ക്കുക, കുട്ടികളെ പഠിപ്പിക്കുക, ഇവ രണ്ടുമായിരുന്നു ആശാന്റെ ജോലികൾ. നന്ദവനത്തിലെ ചെറിയ കുളത്തിൽ ധാരാളം മത്സ്യങ്ങളുണ്ടായിരുന്നു. വൈകുന്നേരങ്ങളിൽ പുരയിടത്തിൽ ഓടിക്കളിക്കുന്നതിനിടയിൽ മത്സ്യങ്ങൾ തുള്ളിക്കളിക്കുന്നത് കാണാനായി ഞാൻ ഇടവഴിയിൽ പോയിനിൽക്കും. അപ്പോൾ ആശാൻ അത്താഴം വയ്ക്കുന്ന തിരക്കിലായിരിക്കും. ചോറും കറികളും. മൺചട്ടികളാണ് അദ്ദേഹം ഉപയോഗിക്കുക. ഒരു തോർത്തുമാത്രമുടുത്തുകൊണ്ടാണ് അദ്ദേഹം നന്ദവനത്തിൽ നിൽക്കുക. ആശാൻപള്ളിയിൽ വരുമ്പോൾ മുണ്ടുടുത്ത് തോർത്ത് തോളിലിടും. കോന്നനാശാൻ ഷർട്ട് ധരിച്ച് ഞാനൊരിക്കലും കണ്ടിട്ടില്ല.

രാവിലെ ചെടികളെല്ലാം നനച്ച് കുളിച്ചതിനുശേഷം ആശാൻ നേരെ ഞങ്ങളുടെ വീട്ടിലേക്കു വരും. അമ്മ ആശാന് പലഹാരവും കാപ്പിയും കൊടുക്കും. ആശാൻ ഭക്ഷണം കഴിച്ചതിന് ശേഷം കുറച്ചുനേരം കിഴക്കുവശത്തെ തിണ്ണയിലിരിക്കും. ഇല്ലെങ്കിൽ മുറ്റത്തു പടർന്നു പന്തലിച്ചു നിൽക്കുന്ന പൂവരശിന്റെ തണലിൽ ഉലാത്തും. നിക്കർബോഡി ധരിച്ച് കയ്യിൽ എഴുത്തോലയുമായി ഞാനിറങ്ങിച്ചെല്ലും (നിക്കറും ഷർട്ടും ചേരുന്ന കുപ്പായമാണ് നിക്കർ ബോഡി).

ആശാൻ എന്റെ കയ്യിൽപ്പിടിച്ച് ആശാൻപള്ളിയിലേക്ക് നടക്കും. 'ആശാനോടൊപ്പം ചെല്ലുന്ന കുട്ടി' എന്ന നിലയിൽ ഞാനൽപ്പം ഗമ കാണിക്കുമായിരുന്നു. മറ്റു കുട്ടികൾക്ക് എന്നോട് അസൂയ തോന്നാൻ അത് കാരണമായി. അക്ഷരങ്ങളും വാക്കുകളും ഗണിതത്തിലെ ആദ്യപാഠങ്ങളും മാത്രമല്ല, ഒന്നാം പാഠവും കോന്നനാശാൻ തന്നെയാണ് എന്നെ പഠിപ്പിച്ചത്. അദ്ദേഹം നല്ല ഗുരുവായിരുന്നു.

ഒരുദിവസം എന്നെ ആകെ തകർത്തുകളഞ്ഞ ഒരു സംഭവമുണ്ടായി. ഞാനും അമ്മയും ഞങ്ങളുടെ ബന്ധുവീടായ 'മേട'യിലേക്കു പോവുകയായിരുന്നു. ഹരിപ്പാട്ട് ഡാണാപ്പടി മാർക്കറ്റിലേക്കു പോകുന്ന വഴിയിലാണ് മേടയിൽവീട്. അതേ റോഡിൽ ഒരു കള്ളുഷാപ്പുമുണ്ടായിരുന്നു. പതിനെട്ടാം നമ്പർ കള്ളുഷാപ്പ്. മേടയിൽ വീട്ടിലേക്കു തിരിയുമ്പോഴാണ് ഞാൻ ആ കാഴ്ച കണ്ടത്. ഞാൻ ഈശ്വരതുല്യനായി കരുതുന്ന കോന്നനാശാൻ ആ കള്ളുഷാപ്പിൽനിന്ന് ആടിയാടി ഇറങ്ങിവരുന്നു. ഒരു സുബ്രഹ്മണ്യസ്തുതി ഉറക്കെ ചൊല്ലിക്കൊണ്ടാണ് വരവ്. അമ്മയെ കണ്ടപ്പോൾ ആശാനൊന്നു പരുങ്ങി. അമ്മയുടെ മുഖം പെട്ടെന്നിരുണ്ടു. ഗർജിക്കുന്ന സ്വരത്തിൽ അമ്മ ചോദിച്ചു: "എന്തു കോലാണിത്? കുഞ്ഞുങ്ങളുടെ കണ്ണു തെളിച്ചുവിടേണ്ട മനുഷ്യൻ ഇങ്ങനെ കള്ളുകുടിച്ചു നടക്കുന്നത് ശരിയാണോ?"

ആശാൻ തല കുനിച്ചു നിന്നതല്ലാതെ ഒരക്ഷരം മറുപടി പറഞ്ഞില്ല. ഞങ്ങൾ മേടയിലേക്കു കയറുമ്പോഴും ആശാൻ ശിലപോലെ അവിടെ തന്നെ നിൽക്കുകയായിരുന്നു.

അടുത്തദിവസം രാവിലെ ആശാൻ പ്രഭാതഭക്ഷണം കഴിക്കാൻ ഞങ്ങളുടെ വീട്ടിൽ വന്നില്ല. ഓലയുമായി ഞാൻ തനിച്ച് ആശാൻപള്ളിയിൽ പോയി. ദിവസങ്ങളങ്ങനെ കടന്നുപോയി. കോന്നനാശാൻ തികഞ്ഞ മദ്യപാനിയായി മാറി. ആശാൻപള്ളിയിൽ കുട്ടികൾ വരാതായി. കുറച്ചുകാലം ആ കുടിൽ ചോർന്നൊലിച്ചു കിടന്നു. പിന്നെ പുരയിടത്തിന്റെ ഉടമസ്ഥർ അതു പൊളിച്ചു കളഞ്ഞു (പിൽക്കാലത്ത് എന്റെ വല്യേട്ടൻ ആശാൻപള്ളിനിന്നിരുന്ന സ്ഥലം വിലയ്ക്കുവാങ്ങി അവിടെ 'സ്വപ്നം' എന്ന വീടു വച്ചു).

നന്ദവനത്തിൽ നിന്നും ദേവസ്വം മാനേജർ ആശാനെ ഇറക്കിവിട്ടു. കുറച്ചുകാലത്തേക്ക് ആശാനെ നാട്ടിലെവിടേയും കണ്ടില്ല. കോന്നനാശാൻ പോയതിനുശേഷം 'സർക്കാർ കാര്യങ്ങൾ മുറപോലെ' നടന്നു. നന്ദവനത്തിലെ പൂച്ചെടികൾ നനയ്ക്കാൻ ജോലിക്കാർ വരാതായി. കുളത്തിലെ മത്സ്യങ്ങളെ രാത്രി സഞ്ചാരികൾ വലയിട്ടു പിടിച്ചുകൊണ്ടുപോയി. നന്ദവനത്തിലെ ചെടികൾ കരിഞ്ഞുണങ്ങി. താമസിയാതെ കുളത്തിലെ ജലവും വറ്റി. നന്ദവനം ഒരു ശ്മശാനംപോലെയായി. ഓർമക്കുറിപ്പുപോലെ ആശാൻ താമസിച്ച കുടിൽ നിന്ന സ്ഥലത്ത് അദ്ദേഹം ഉപയോഗിച്ചിരുന്ന മൺപാത്രങ്ങൾ ഉടഞ്ഞു കിടന്നു.

ഹരിപ്പാട് സുബ്രഹ്മണ്യക്ഷേത്രത്തിന്റെ പ്രധാന ശ്രീകോവിലിനും കൂത്തമ്പലത്തിനുമിടയ്ക്കാണ് ഗണപതിനടയുള്ളത്. നാളികേരമുടയ്ക്കലും ഉരുളിയുമാണ് ഇവിടത്തെ പ്രധാന വഴിപാടുകൾ. ഉരുളിയെന്നാൽ ഭാഗികമായ ശയനപ്രദർശനമാണ്. മറ്റുള്ളവർക്കുവേണ്ടി ദക്ഷിണ വാങ്ങി ഉരുളാൻ തയാറായി കുട്ടികൾ നിൽക്കാറുണ്ട്. അംഗവൈകല്യം സംഭവിച്ച ചിലരും തൊഴിലില്ലാത്ത യുവാക്കളും 'ഉരുളിച്ച' ഉപജീവനമാക്കാറുണ്ട്. ഹൈസ്കൂളിൽ പഠിക്കുന്ന കാലത്ത് ദീപാരാധന തൊഴാൻ ഞാൻ ക്ഷേത്രത്തിൽ വന്നപ്പോൾ 'ഉരുളിച്ച.... ഉരുളിച്ച....' എന്ന് ഉച്ചത്തിൽ വിളിച്ചുകൊണ്ട് കുട്ടികൾ എന്റെ മുന്നിലെത്തി. എന്റെ നേർക്കുനീണ്ട ബാലകരങ്ങൾക്കിടയിൽ ഒരു വൃദ്ധന്റെ കരവും അത്ഭുതത്തോടെ ഞാൻ കണ്ടു – എന്റെ അക്ഷരഗുരുവിന്റെ കൈയാണത്. "ആശാനെ... എന്നെ മനസിലായില്ലേ.... ഞാൻ ശ്രീകുമാരനാണ്" – നിസ്സംഗനായി ആശാൻ പറഞ്ഞു: "കണ്ണു പിടിക്കുന്നില്ല മക്കളേ."

അദ്ദേഹം വൃദ്ധനും അവശനുമായിരുന്നു. എന്റെ കയ്യിൽ ആകെയുണ്ടായിരുന്ന അമ്പതുപൈസ ഞാൻ ആ കൈയിൽ വച്ചുകൊടുത്തു.

ആശാനീതെടുത്തോളൂ. എനിക്കുവേണ്ടി ഉരുളണ്ട.

"അതെന്തൊരെടപാടാ കുഞ്ഞേ. കൂലി വാങ്ങിച്ചാൽ ജോലി ചെയ്യേണ്ടേ?"

എനിക്കുവേണ്ടി എന്റെ ആദ്യഗുരു ഗണപതിനടയിൽ ഉരുളുന്നത് കണ്ട് നെഞ്ചു പൊട്ടി നിറകണ്ണുകളോടെ ഞാൻ നിന്നു.

കോന്നനാശാൻ അനാഥനായി ജീവിച്ച് അനാഥനായി മരിച്ചു. ഫീസ് സമയത്തു കൊടുക്കാൻപോലും ഞാൻ ബുദ്ധിമുട്ടുന്ന കാലത്തായിരുന്നു ആശാന്റെ മരണം.

എന്റെ ആശാൻപള്ളി എന്ന കവിതയുടെ പശ്ചാത്തലം ഇതാണ്.

''എവിടെയെൻ പള്ളി
എവിടെയെന്നോല
എവിടെയെന്നാശാൻ

എവിടെ സ്നേഹിതർ
തുടർന്നുപോകുമീ
വിലാപയാത്രയിൽ
പലനടുക്കങ്ങൾക്കിടയിലെ
നെടുംനടുക്കമായ്
ഞാനൊഴുകുമ്പോൾ
എനിക്കിടംവലംനോക്കാൻ
കഴിയുമോ
സർവ്വം മറന്നുഞാൻ....."

വല്യമ്മാവന്റെ തലയണകൾ

ഞാൻ വല്യമ്മാവൻ എന്നു വിളിച്ചിരുന്നത് എന്റെ അമ്മയുടെ വല്യമ്മയുടെ മകനായ കുമാരൻ തമ്പിയെയാണ്. അമ്മയ്ക്ക് സ്വന്തമായി രണ്ടു ജ്യേഷ്ഠന്മാരുണ്ടായിരുന്നെങ്കിലും അവരെ യഥാക്രമം വല്യമ്മാവൻ എന്നും കൊച്ചമ്മാവൻ എന്നും വിളിച്ച് ആ സ്നേഹവാത്സല്യങ്ങൾ നുകരാൻ എനിക്കു ഭാഗ്യമുണ്ടായില്ല. ഞാൻ ജനിക്കുന്നതിനു വളരെ മുമ്പു തന്നെ അവർ രണ്ടുപേരും അന്തരിച്ചു കഴിഞ്ഞിരുന്നു. ഒന്നാമനായ പത്മനാഭൻ തമ്പി മുപ്പത്തിയൊമ്പതാം വയസിലും രണ്ടാമനായ വാസുദേവൻ തമ്പി ഇരുപതാം വയസിലും ഈ ഭൂമിയോടു വിടപറഞ്ഞു. എന്റെയൊരു മുൻ ലേഖനത്തിൽ ഞാൻ സൂചിപ്പിച്ചിരുന്നതുപോലെ പത്മനാഭൻ തമ്പിയെന്ന എന്റെ വല്യമ്മാവൻ ദന്തഡോക്ടറും ചിത്രകാരനും (രവിവർമ്മശൈലി) കാർത്തികപ്പള്ളി നിയോജകമണ്ഡലത്തെ പ്രതിനിധീകരിച്ച് ശ്രീമൂലം അസംബ്ലിയിലേക്ക് തിരഞ്ഞെടുക്കപ്പെട്ട ജനകീയ നേതാവുമായിരുന്നു. രാജഭരണകാലത്ത് കരം കൊടുക്കുന്ന പൗരന്മാർക്കു മാത്രമേ വോട്ടവകാശമുണ്ടായിരുന്നുള്ളൂ. വല്യമ്മാവനെതിരെ മത്സരിച്ചവരിൽ പ്രധാനി മണ്ണാറശ്ശാലയിലെ തിരുമേനിക്കു വോട്ടു ചെയ്തില്ലെങ്കിൽ സർപ്പദോഷമുണ്ടാകും എന്ന് തൽപ്പരകക്ഷികൾ പ്രചരിപ്പിച്ചെങ്കിലും ജനങ്ങൾ പത്മനാഭൻ തമ്പിയെയാണ് വിജയിപ്പിച്ചത്. പതിറ്റാണ്ടുകൾക്കുശേഷം ഇതേ നിയോജകമണ്ഡലത്തിൽ (പഴയ കാർത്തികപ്പള്ളി നിയോജകമണ്ഡലം, ഇപ്പോൾ ഹരിപ്പാട് മണ്ഡലമാണ്) എന്റെ കൊച്ചേട്ടൻ അഡ്വക്കേറ്റ് പി ജി തമ്പി സി പി എം സ്ഥാനാർഥിയായി മത്സരിച്ചെങ്കിലും നാലായിരം വോട്ടുകൾക്ക് പരാജയപ്പെട്ടു. ദന്തവൈദ്യത്തിലും ചിത്രകലയിലും രാഷ്ട്രീയത്തിലും മാറി മാറി ആടിത്തിമിർത്ത എന്റെ വല്യമ്മാവന്റെ ജീവിതം മുപ്പത്തൊമ്പതാം വയസിൽ കലാശമാടി. കൂടെ നടന്നവരിൽ പലരും തന്നെ വഞ്ചിക്കുകയായിരുന്നു എന്നു തിരി

ച്ചറിഞ്ഞപ്പോഴേക്ക് അദ്ദേഹത്തിന് സ്വത്തുക്കൾ മുഴുവൻ നഷ്ടപ്പെട്ടു കഴിഞ്ഞിരുന്നു. വല്യാങ്ങളയുടെ കടം വീട്ടാൻവേണ്ടി എന്റമ്മയും ചില വസ്തുക്കൾ വിട്ടുകൊടുത്തു. ഡോക്ടർ പത്മനാഭൻ തമ്പി ഹരിപ്പാടിനോടു വിടപറഞ്ഞ് തമിഴ്നാട്ടിലെ അംബാസമുദ്രം എന്ന സ്ഥലത്തു പോയി ഒരു ദന്തൽ ക്ലിനിക്ക് തുടങ്ങി. അധികം വൈകാതെ ആ സ്ഥലത്തുവച്ചുതന്നെ ന്യുമോണിയ ബാധിച്ച് അന്തരിക്കുകയും ചെയ്തു. അമ്മയുടെ നേരെ മൂത്ത സഹോദരനായ വാസുദേവൻ തമ്പി ചങ്ങനാശ്ശേരി സെന്റ് ബർക്ക്മെൻസ് കോളേജിലെ മൂന്നാം ബാച്ചിൽ പഠിച്ച ബിരുദ വിദ്യാർഥിയായിരുന്നു.

ബി എ ഫൈനൽ പരീക്ഷ എഴുതിക്കൊണ്ടിരിക്കെ അദ്ദേഹം മോഹാലസ്യപ്പെട്ടുവീണു. ബന്ധപ്പെട്ടവർ അദ്ദേഹത്തെ കാറിൽ ഹരിപ്പാട്ടു കൊണ്ടുവന്നു. പെറ്റമ്മയുടെ മുഖത്തുനോക്കി തത്ത്വചിന്താപരമായ ഏതോ തമാശ പറഞ്ഞിട്ടാണത്രേ ആ ഇരുപതുകാരൻ മരിച്ചത്. എന്റമ്മയുടെ കൗമാര-യൗവനകാലങ്ങളിൽ നടന്ന ഈ സംഭവങ്ങളൊക്കെ ചലച്ചിത്രദൃശ്യങ്ങൾപോലെ എന്റെ മനസിൽ വിന്യസിപ്പിച്ചത് അമ്മതന്നെയാണ്. സഹോദരങ്ങളിൽ ഏറ്റവും ഇളയവളായിരുന്നു അമ്മ. മരുമക്കത്തായത്തിൽനിന്നും മക്കത്തായത്തിലേക്കും കൂട്ടുകുടുംബവ്യവസ്ഥയിൽ നിന്ന് അണുകുടുംബവ്യവസ്ഥയിലേക്കും സമുദായം മാറിത്തുടങ്ങിയ കാലമായിരുന്നു അത്. എങ്കിലും എന്റെ അമ്മ പാരമ്പര്യത്തെ പാടേ ഉപേക്ഷിക്കാൻ തയാറായില്ല. ഭർത്താവിന് രണ്ടാം സ്ഥാനവും ആങ്ങളമാർക്ക് ഒന്നാം സ്ഥാനവും എന്ന ധാരണ അധികം താമസിയാതെ അമ്മയുടെ ജീവിതത്തന്റെ താളം തന്നെ തെറ്റിച്ചു.

സ്വന്തം ജ്യേഷ്ഠന്മാർ അൽപ്പായുസായി മരിക്കുകയും ഭർത്താവ് മദ്യപാനിയും സുഖലോലുപനും പിന്നീട് മനോരോഗിയുമായിത്തീരുകയും ചെയ്തതോടെ സ്വാഭാവികമായും അമ്മ സ്വന്തം രക്ഷകനായി കണ്ടത് തന്റെ വല്യമ്മയുടെ മകനും കൂട്ടുകുടുംബവ്യവസ്ഥപ്രകാരം അന്നത്തെ കുടുംബനാഥനുമായിരുന്ന കുമാരൻതമ്പിയെയാണ്. പത്മനാഭൻ തമ്പിയെക്കാൾ മൂത്തതായിരുന്നു അദ്ദേഹം. അനുജൻ നാട്ടുപ്രമാണിയും എം എൽ സിയുമൊക്കെയാകാൻവേണ്ടി പണം ധൂർത്തടിക്കുന്നതിനോട് അദ്ദേഹത്തിന് എതിർപ്പുണ്ടായിരുന്നു. ഹരിപ്പാട്ട് സുബ്രഹ്മണ്യക്ഷേത്രത്തിന്റെ വടക്കുഭാഗത്തുള്ള പെരുങ്കുളത്തിന്റെ പടിഞ്ഞാറെ കരയിൽ സ്ഥിതി ചെയ്തിരുന്ന 'വലിയ കൊട്ടാര' ത്തിലാണ് വല്യമ്മാവനായ കുമാരൻതമ്പി താമസിച്ചിരുന്നത്. അദ്ദേഹം പേരുകേട്ട മാന്ത്രികനും വിഷഹാരിയുമായിരുന്നു. വലിയ കൊട്ടാരത്തോടു ചേർന്ന് കരിങ്കല്ലിൽ നിർമിച്ച ഒരു ശാസ്താക്ഷേത്രവും അതിന്റെ പിന്നിലായി വലിയ സർപ്പക്കാവും ഉണ്ടായിരുന്നു. മണ്ഡലകാലത്തും സംക്രമത്തിനും ക്ഷേത്രത്തിനു മുമ്പിൽ 'ആഴിയും പടുക്കയും' നടന്നിരുന്നു.

അഗ്നിയിലേക്ക് അയ്യപ്പന്മാർ എടുത്തുചാടി തീക്കനലുകൾ വാരിയെറിയുന്ന കാഴ്ച ഇന്നും എന്റെ മനസിൽ മായാതെ നിൽപ്പുണ്ട്.

എല്ലാ ദിവസങ്ങളിലും പ്രഭാതസമയത്ത് നാനാദിക്കുകളിൽനിന്നും പാമ്പുകടിയേറ്റവരെ ചികിത്സയ്ക്കായി വലിയകൊട്ടാരത്തിൽ കൊണ്ടുവരും. ബ്രാഹ്മമുഹൂർത്തം മുതൽ ഗരുഡാസനത്തിൽ നിലയുറപ്പിച്ചു ജപിക്കുന്ന അമ്മാവൻ സൂര്യോദയമാകുമ്പോൾ കണ്ണുതുറക്കും. പിന്നെ രോഗികളെ പരിശോധിക്കും. പാമ്പിന്റെ പല്ലു പതിഞ്ഞ മുറിവുകണ്ടാൽ കടിച്ച പാമ്പ് ഏതിനമാണെന്നു കണ്ടുപിടിക്കാൻ അമ്മാവനു കഴിഞ്ഞിരുന്നു. ജപിക്കുന്ന സമയത്ത് തന്റെ മുമ്പിൽ വയ്ക്കുന്ന കിണ്ടിയിലെ ജലത്തിൽ ഭസ്മമിട്ട് ആ ജലം പാമ്പു കടിച്ച സ്ഥലത്ത് ഒഴിച്ച് മന്ത്രം ജപിക്കും. പിന്നീട് അതേ കിണ്ടിയിൽ വീണ്ടും ജലമെടുത്ത് രോഗിയുടെ മുഖത്തു തളിക്കുന്നതോടുകൂടി അതുവരെ ബോധമില്ലാതെ കിടന്ന രോഗി കണ്ണുതുറന്ന് എഴുന്നേറ്റിരിക്കും. 'തമ്പിയങ്ങുന്ന് മന്ത്രം ജപിച്ചു വെള്ളമൊഴിച്ചാൽ വിഷമിറങ്ങും' എന്നാണ് നാട്ടുകാർ വിശ്വസിച്ചിരുന്നത്. എന്നാൽ അമ്മാവൻ കിണ്ടിയിലെ ജലത്തിലിടുന്ന ഭസ്മം സാധാരണ ഭസ്മമല്ലെന്നും സിദ്ധവൈദ്യശാസ്ത്രപ്രകാരം തയാറാക്കുന്ന നീറ്റു ഭസ്മമാണെന്നും പിന്നീട് ഞാൻ മനസിലാക്കി.

ഞങ്ങളുടെ പഴയ നാലുകെട്ട് നന്നാക്കാനും മക്കളെ വളർത്താനും നിർവാഹമില്ലാതെ വന്നപ്പോൾ അമ്മ വല്യമ്മാവനെത്തന്നെ ശരണം പ്രാപിച്ചു. ആഴ്ചയിലൊരിക്കൽ അദ്ദേഹം ഞങ്ങളുടെ വീട്ടിൽ വരുന്ന പതിവുണ്ടായിരുന്നു. പൂമുഖത്ത് ചാരുകസേരയിലിരിക്കുന്ന വല്യമ്മാവൻ തന്റെ സാന്നിധ്യം അമ്മയെ അറിയിക്കുന്നത് ഒരു കൃത്രിമ ചുമയിലൂടെയായിരിക്കും. അമ്മയുടെ അപ്പോഴത്തെ വെപ്രാളം ഒന്നു കാണേണ്ടതു തന്നെയാണ്. പാവം ഓടിക്കിതച്ച് പൂമുഖ വാതിലിനു പിന്നിൽ വന്ന് മറഞ്ഞു നിൽക്കും (അനുജത്തി മൂത്ത സഹോദരന്റെ മുമ്പിൽ വന്നു നിൽക്കാൻ പാടില്ലെന്നായിരുന്നു ഞങ്ങളുടെ കുടുംബത്തിലെ സ്ത്രീകളുടെ വിശ്വാസം).

"അമ്മാവൻ അവിടെയുണ്ടമ്മേ. അമ്മാവന്റെ കയ്യിൽ ഒരുപാടു രൂപയുമൊണ്ട്."

അമ്മയും ഞാനും പൂമുഖത്തെത്തിയപ്പോൾത്തന്നെ വല്യമ്മാവൻ ഇറങ്ങിവന്നു. ഒളിക്കാൻ സ്ഥലം കാണാതെ അമ്മ മുഖം കുനിച്ചു.

"എന്താ വിശേഷിച്ച്? അമ്മയും മോനും കൂടെ."

നിരുദ്ധകണ്ഠയായി അമ്മ പറഞ്ഞു: "വീടു നന്നാക്കാൻ കുറച്ചു പണം തന്നു സഹായിക്കണം. എന്റെ സ്ഥിതി ഒപ്പന്നോനറിയാമല്ലോ. ഇച്ചേച്ചി (ചേച്ചി) പോലും എന്നോടു ശത്രുവിനെപ്പോലെയാണു പെരുമാറുന്നത്.

"പണമെല്ലാം നിന്റെ ആങ്ങള നാടുനന്നാക്കാൻവേണ്ടി കളഞ്ഞുകുളിച്ചതല്ലേ. എന്റെ കയ്യിൽ പണമില്ല. ഉണ്ടെങ്കിലും ഞാൻ തരത്തില്ല. നീ നിഷേധിയാണ്."

"ഞാൻ പിന്നെ എന്തു ചെയ്യണം?"

"നീ നിന്റെ മൂന്ന് ആൺമക്കളെയും ആ പെരുങ്കുളത്തിലേക്ക് വലിച്ചെറിഞ്ഞോ. എന്നിട്ട് നീയും ചാടി ചാക്. എല്ലാ പ്രശ്നവും തീരും."

അമ്മ ജീവിതത്തിലാദ്യമായി മുഖമുയർത്തി ആങ്ങളയെനോക്കി. എന്റെ കൈയിൽ പിടിച്ച് ഇറങ്ങി നടന്നു. തേങ്ങിക്കരഞ്ഞുകൊണ്ട് ഏങ്ങലടിക്കുന്ന അമ്മയോടൊട്ടി നടക്കുമ്പോൾ ഞാൻ ശപിച്ചു! "എന്റെ വേലായുധ സ്വാമീ, ഈ ലോകത്തുള്ള എല്ലാ വിഷപ്പാമ്പുകളും ഒരുമിച്ച് വന്ന് വല്യമ്മാവനെ കടിക്കണേ..." വിഷചികിത്സയ്ക്കു പ്രതിഫലം വാങ്ങാൻ പാടില്ലെന്നാണ് നിയമം. ഞങ്ങളുടെ കുടുംബത്തിലെ സ്ത്രീകൾ മഞ്ഞപ്പിത്തത്തിനു ചികിത്സിക്കാറുണ്ട്. പ്രതിഫലമായി പണമോ കാഴ്ചദ്രവ്യങ്ങളോ വാങ്ങാറില്ല. വല്യമ്മാവൻ വാർധക്യകാലത്ത് കണക്കു പറഞ്ഞ് പ്രതിഫലം വാങ്ങാൻ തുടങ്ങി. കുടുംബക്ഷേത്രത്തിലെ പൂജ നിലച്ചു. പിന്നീടെന്നോ അമ്പലം തകർന്നുവീണു. വിലകൂടിയ പഞ്ചലോഹ വിഗ്രഹം വല്യമ്മാവൻ ഭീമാഭട്ടർക്കു വിറ്റു. ശാസ്താവിഗ്രഹവുമായി കാർ മുന്നോട്ടു നീങ്ങിയതും വല്യമ്മാവൻ വലിയകൊട്ടാരത്തിന്റെ മുറ്റത്ത് ബോധംകെട്ടു വീണു. അമ്മാവന്റെ പുരയിടത്തിൽ കുടിൽ കെട്ടി പാർത്തിരുന്ന കാർ ഡ്രൈവർക്ക് മദാലസയായ ഒരു സഹോദരി ഉണ്ടായിരുന്നു. വല്യമ്മാവന്റെ തലയിണകൾ രൂപാന്തരം പ്രാപിച്ച് ഒരു രണ്ടു നില കെട്ടിടമായി. ആ കെട്ടിടത്തിന്റെ ഉടമസ്ഥ ഡ്രൈവറുടെ സഹോദരിയായിരുന്നു.

മകന്റെ ഭാര്യവീട്ടിൽ കിടന്ന് വല്യമ്മാവൻ അന്ത്യശ്വാസം വലിച്ചു. അന്ന് എനിക്ക് പതിനെട്ട് വയസായിരുന്നു പ്രായം. ഒപ്പന്നോന്റെ (ഉടപ്പിറന്നോന്റെ) മരണവാർത്ത കേട്ട് അമ്മയും വല്യമ്മയും നെഞ്ചത്തടിച്ച് കരഞ്ഞുകൊണ്ട് മുതുകുളത്തേക്കു പോകാൻ തയാറെടുക്കുന്നത് കണ്ട് ഞാൻ നിസ്സംഗനായി നിന്നു.

"ശ്രീകുമാരാ, നീയെന്താ ഇങ്ങനെ നിൽക്കുന്നേ, വല്യമ്മാവനു വായ്ക്കിരിയിടണ്ടേ?"

യാതൊരു ഭാവഭേദവും കൂടാതെ ഞാൻ പറഞ്ഞു: "എന്റെ ആറാം വയസിൽത്തന്നെ ഞാൻ വല്യമ്മാവനു ബലിയിട്ടുകഴിഞ്ഞു വല്യമ്മേ."

എന്റെ തിലോദകം സ്വീകരിക്കാതെത്തന്നെ വല്യമ്മാവന്റെ ആത്മാവ് ആകാശത്തിൽ ലയിച്ചു. ഇടയ്ക്ക് എന്റെ മനസ്സാക്ഷി എന്നോടു ചോദിക്കും:

"ആ വല്യമ്മാവന്റെ പേരു തന്നെയല്ലേ നിന്റെ പേര്?"

അതെ. പക്ഷേ, ആ പേരിനു മുമ്പിൽ ഒരു 'ശ്രീ' ചേർക്കണമെന്നു തോന്നിപ്പിച്ച അമ്മയുടെ പ്രതിഭയാണ് എന്നെ ഞാനാക്കിയത്. അമ്മയ്ക്കുമേലേ ഒരു ദൈവവുമില്ലെന്ന് ഞാൻ വിശ്വസിക്കുന്നതും അതുകൊണ്ടുതന്നെ.....

ഹിന്ദി മേം അനുരാഗ് കരോ

സ്വാതന്ത്ര്യ ലബ്ധിക്കുശേഷം ഹിന്ദി നമ്മുടെ രാഷ്ട്രഭാഷയായി അംഗീകരിക്കപ്പെട്ടതോടെ ആ ഭാഷ പ്രചാരമില്ലാത്ത സംസ്ഥാനങ്ങളിൽ അനവധി ഹിന്ദി പ്രചാരകന്മാർ പ്രത്യക്ഷപ്പെടുകയുണ്ടായി. അമ്പതുകളുടെ തുടക്കം മുതൽ അറുപതുകളുടെ പൂർവാർധം വരെ കേരളത്തിലെ പട്ടണങ്ങളിലും പ്രധാന ഗ്രാമങ്ങളിലും ഹിന്ദി മാത്രം പഠിപ്പിക്കുന്ന സമാന്തര വിദ്യാലയങ്ങൾ നിലനിന്നിരുന്നു. പുതിയ മതങ്ങൾക്കും ഭാഷകൾക്കും സംസ്കാരങ്ങൾക്കും മുമ്പിൽ ഹൃദയവാതിൽ കൊട്ടിയടയ്ക്കാത്തവരാണല്ലോ മലയാളികൾ. ആ മഹാമനസ്കതകൊണ്ടാവാം ദക്ഷിണേന്ത്യയിൽ ഹിന്ദി ഭാഷയ്ക്ക് ഇതര സംസ്ഥാനങ്ങളെ അപേക്ഷിച്ച് ഏറെ സ്വീകരണം കേരളത്തിൽ ലഭിച്ചത്. ലോക ഭാഷകളിൽ വച്ച് ഏറ്റവും പ്രാചീനം എന്നു വിശ്വസിക്കപ്പെടുന്ന സംസ്കൃതത്തിനുപോലും രണ്ടാം സ്ഥാനമേയുള്ളൂ എന്നു വിശ്വസിക്കുന്ന തമിഴർ തുടക്കത്തിൽ തന്നെ ഹിന്ദിയെ തള്ളിപ്പറഞ്ഞു.

ഇന്നും തമിഴ് ജനത തങ്ങളുടെ വിശ്വാസത്തിൽ ഉറച്ചു നിൽക്കുകയാണ്. ദ്രാവിഡ മുന്നേറ്റ കഴകം, അണ്ണാ ദ്രാവിഡ മുന്നേറ്റ കഴകം എന്നീ രണ്ടു പ്രാദേശിക കക്ഷികളിൽ ഒന്നിന്റെ പിന്തുണയില്ലാതെ കേന്ദ്രം ഭരിക്കാൻ സാധ്യമല്ലെന്ന് അനുഭവത്തിലൂടെ മനസിലാക്കിയ ഇന്ത്യൻ നാഷണൽ കോൺഗ്രസ് തമിഴ് ജനതയുടെ ഭാഷാ സ്നേഹത്തിനു മുമ്പിൽ തോറ്റു തൊപ്പിയിട്ടു ("ഒന്നായനിന്നെയിഹ രണ്ടെന്നു കണ്ടളവിലുണ്ടാവതല്ല" എന്ന് എഴുത്തച്ഛൻ പാടിയിട്ടുണ്ടല്ലോ). കേരളത്തിലും ഇതര സംസ്ഥാനങ്ങളിലും ഡൽഹി ദൂരദർശൻ എല്ലാദിവസവും പതിവായി വിളമ്പാറുള്ള 'ഹിന്ദി സമാചാർ' എന്ന വാർത്താ ഭക്ഷണം തമിഴരുടെ മുമ്പിൽ മാത്രം വിളമ്പാറില്ല എന്ന സത്യം സ്വന്തം മാതൃഭാഷ മക്കളെ പഠിപ്പിക്കാൻ മടിക്കുന്ന അഭിനവ മലയാളി പ്രജ മനസിലാക്കിയിട്ടുണ്ടോ എന്നു

സംശയമാണ്. നമ്മൾ 'സമാചാർ' എന്ന ഡൽഹി ചെന്നൈ ദൂരദർശൻ സംപ്രേക്ഷണം ചെയ്യുന്നത് 'തമിഴ് ചെയ്തികളാണ്.'

ഏതായാലും പ്രബുദ്ധരും ഹൃദയവിശാലതയുള്ളവരുമായ മലയാളികൾ അമ്പതുകളിൽത്തന്നെ ഹിന്ദി ഭാഷാ സുന്ദരിയെ രണ്ടുകൈകളും നീട്ടി പരിരംഭണം ചെയ്തു. എന്റെ നാട്ടിൽ ഹിന്ദി പ്രചാരകന്മാരായി ദക്ഷിണ ഹിന്ദി പ്രചാര സഭയുടെ കീഴിൽ നിയമിക്കപ്പെട്ട പ്രധാനി കുട്ടൻപിള്ള സാറായിരുന്നു. ഹിന്ദി ഭാഷയോടും തന്റെ തൊഴിലിനോടും അങ്ങേയറ്റം ആത്മാർഥത കാണിച്ച കർമനിരതനായ അധ്യാപകനായിരുന്നു അദ്ദേഹം.

ഖദർ മുണ്ടും ജുബ്ബയുമിട്ട് സൈക്കിളിൽ ആ ഹിന്ദി ഭാഷാ പണ്ഡിതൻ ഹരിപ്പാട് ഗ്രാമത്തിലെ ഇടവഴികളിലൂടെ സഞ്ചരിച്ചു. ഓരോ വീടുകളിലും കയറിയിറങ്ങി അങ്ങനെ കുട്ടൻപിള്ള സാർ ഞങ്ങളുടെ വീട്ടിലും വന്നു. ഞങ്ങളുടെ തകർന്ന നാലുകെട്ടിലെ ചിതലരിച്ച കഴുക്കോലുകളിലൂടെ കണ്ണുകൾ പായിച്ച് അമ്മയുടെ മുമ്പിൽ അദ്ദേഹം ഹിന്ദിഭാഷ പഠിച്ചാൽ അമ്മയുടെ മക്കൾക്കുണ്ടാകാവുന്ന നേട്ടങ്ങളെക്കുറിച്ച് ഒരു പ്രഭാഷണം തന്നെ നടത്തി. വാവുത്തത്തൻ (വല്യേട്ടൻ) അന്ന് പഠനമുപേക്ഷിച്ച് വിദ്യാർഥിപ്രസ്ഥാനവുമായി കറങ്ങി നടക്കുകയായിരുന്നു. കൊച്ചേട്ടൻ ഒരു ക്ലാസിലും തോറ്റിട്ടില്ലെങ്കിലും ഹിന്ദി, കണക്ക് എന്നീ വിഷയങ്ങളോട് അദ്ദേഹത്തിന് കടുത്ത രോഷം തന്നെയുണ്ടായിരുന്നു. ആകയാൽ, കുട്ടൻപിള്ളസാർ ഹിന്ദി എന്ന പേരുച്ചരിച്ചതും കൊച്ചേട്ടൻ എനിക്കു കുളിക്കണം എന്നു പറഞ്ഞ് ഓടിപ്പോയി. പെരുങ്കുളത്തിൽ ചാടി. കുട്ടൻപിള്ളസാർ അമ്മ കൊടുത്ത കാപ്പിയും കുടിച്ചു സ്ഥലം വിടുന്നതുവരെ അദ്ദേഹം ക്ഷേത്രക്കുളത്തിൽ അക്കരയിക്കരെ നീന്തിരസിച്ചു. അമ്മ തരുന്ന എത്ര കയ്പ്പുള്ള കഷായവും പൂർണ മനസോടെ കുടിച്ചിരുന്ന എന്റെ തലയിൽത്തന്നെ ഹിന്ദിയുടെ ഭാരവും വന്നുവീണു. ഹിന്ദി പഠിച്ചാൽ പിന്നെ ജോലി കിട്ടാൻ ഒരു പ്രയാസവുമില്ല എന്ന ആപ്തവാക്യമാണ് അമ്മയെ സ്വാധീനിച്ചത്. ഞങ്ങളുടെ തറവാടിന് അക്കാലത്ത് സ്വന്തമായി ഒരു പ്രൈമറി സ്കൂൾ ഉണ്ടായിരുന്നു. പക്ഷേ, എന്റെ വല്യമ്മാവൻ കുമാരൻതമ്പിയുടെ ഭരണപരിഷ്കാരങ്ങളുടെ ഭാഗമായി സ്കൂൾ ഗവൺമെന്റിനു വിട്ടുകൊടുത്തു. എങ്കിലും ഞാൻ ഹിന്ദി പഠനം തുടങ്ങി. ഹരിപ്പാട് എഴിക്കകത്തു മുക്കിലായിരുന്നു കുട്ടൻപിള്ള സാറിന്റെ ഹിന്ദി വിദ്യാലയം.

ഞങ്ങളുടെ വീട്ടിൽനിന്ന് ഏകദേശം ഒരു കിലോമീറ്റർ അകലെയാണിത്. രാവിലെ ഏഴുമണിമുതൽ ഒമ്പതുമണിവരെ ഹിന്ദി പഠനം. അതുകഴിഞ്ഞ് സ്കൂളിലേക്ക്... (നാലു വർഷംകൊണ്ട് ഞാൻ ദക്ഷിണ ഭാരത ഹിന്ദി പ്രചാരസഭയുടെ മധ്യമം, രാഷ്ട്രഭാഷ, പ്രവേശിക എന്നീ പരീക്ഷകൾ ജയിച്ചു. രാഷ്ട്രഭാഷാ വിശാരദ് പൂർവാർധിനു പഠിക്കുമ്പോൾ ഞാൻ എസ് എസ് എൽ സി ക്ലാസിലായി. അപ്പോഴേക്കും വാവുത്തത്തൻ രാഷ്ട്രീയ പ്രവർത്തനത്തോടൊപ്പം കുടുംബത്തിന്റെ ചുമത

ലയും ഏറ്റെടുത്തിരുന്നു. താമസിയാതെ അദ്ദേഹം ന്യൂ ഇൻഡ്യാ ഇൻഷുറൻസ് കമ്പനിയിലും തുടർന്ന് ലൈഫ് ഇൻഷുറൻസിലും ഉദ്യോഗസ്ഥനായി). വർഷങ്ങൾക്കുശേഷം പ്രൈവറ്റായി പഠിച്ച് എൽ എൽ ബി ബിരുദമെടുത്ത് അഭിഭാഷകനായി. മുപ്പതിലധികം നോവലുകളും രചിച്ചു.

ഹിന്ദി ഭാഷാപഠനം ഇളം പ്രായത്തിൽത്തന്നെ എന്നെ ഹിന്ദി സാഹിത്യവുമായി അടുപ്പിച്ചു. *സേവാസദൻ, ഗോദാൻ* തുടങ്ങിയ പ്രേംചന്ദിന്റെ മിക്കവാറും എല്ലാ നോവലുകളും പഠിച്ചു. മൈഥിലി ശരൺ ഗുപ്ത, മഹാദേവിവർമ്മ, നിരാല തുടങ്ങിയ കവികളുടെ മഹത്വമറിഞ്ഞു. ഉപേന്ദ്രനാഥ് അശക്, സിയാരാമശരൺ ഗുപ്ത തുടങ്ങി അക്കാലത്ത് ആധുനികരായി അറിയപ്പെട്ടിരുന്ന എഴുത്തുകാരെയും നന്നായി വായിച്ചു. ആ അഹങ്കാരം തലയിൽ കയറുകയും ചെയ്തു. ക്ലാസിൽ ഞാൻ ഹിന്ദി പണ്ഡിറ്റായി വിലസി.

കുട്ടൻപിള്ള സാറിന്റെ കീഴിൽത്തന്നെ ഹിന്ദി പഠിച്ച് അധ്യാപികയായി ജോലിയിൽ പ്രവേശിച്ച ജാനമ്മടീച്ചർ ഒരുദിവസം ഞങ്ങളുടെ ക്ലാസിൽ വന്നു. ഞങ്ങൾക്ക് ഹിന്ദി ക്ലാസെടുക്കുന്ന അധ്യാപകൻ അന്ന് അവധിയെടുത്തതിനാലാണ് ജാനമ്മസാർ വന്നത്. അതുവരെ ഞങ്ങൾ പഠിച്ച ഹിന്ദിപാഠങ്ങളെ ആസ്പദമാക്കി അവർ ചില ചോദ്യങ്ങൾ ചോദിച്ചു. പലരും ശരിയായ ഉത്തരങ്ങൾ പറഞ്ഞില്ല. അപ്പോൾ ഞങ്ങളെ പഠിപ്പിക്കുന്ന അധ്യാപകനെ അവർ കുറ്റപ്പെടുത്തി. ഈ രണ്ട് ഹിന്ദി അധ്യാപകർക്കിടയിൽ നിലനിന്നിരുന്ന കിടമത്സരത്തെക്കുറിച്ച് ഞങ്ങൾ നേരത്തേ കേട്ടിരുന്നു. അതുകൊണ്ട് ജാനമ്മടീച്ചറോട് എനിക്ക് നീരസം തോന്നി. തുടർന്ന് അവർ ക്ലാസെടുത്തപ്പോൾ ഞാൻ എന്റെ ഹിന്ദി ഭാഷാപരിജ്ഞാനം വിളമ്പാൻവേണ്ടി മാത്രം ചില ചോദ്യങ്ങൾ ചോദിച്ചു. എന്റെ അതിസാമർഥ്യം അവർക്കിഷ്ടമായില്ല.

തമ്പി അഹങ്കാരിയാണെന്നു ഞാൻ നേരത്തേ കേട്ടിരുന്നു. പക്ഷേ, മിടുക്കനാണെങ്കിലും ഇത്രയും അഹങ്കാരം പാടില്ല.

അവർ തുടർന്നും എന്നെ പരിഹസിച്ചുകൊണ്ടിരുന്നു. ഏതാനും വാക്യങ്ങൾ മലയാളത്തിൽ എഴുതി കാണിച്ചിട്ട് അത് ഹിന്ദിയിലേക്കു പരിഭാഷപ്പെടുത്താനാവശ്യപ്പെട്ടു. എന്റെ പിന്നിലിരുന്ന കൂട്ടുകാരൻ മുന്നോട്ടാഞ്ഞ് എന്റെ ചെവിയിൽ പറഞ്ഞു: “നമ്മുടെ ഹിന്ദിസാറിനെ കൊച്ചാക്കിയിട്ട് ജാനമ്മ ടീച്ചർ ഇന്ന് സമാധാനമായി നമ്മുടെ ക്ലാസിൽ നിന്നിറങ്ങി പോകരുത്.”

ജാനമ്മ ടീച്ചറിനെ ആക്രമിക്കാൻ എന്നെയാണ് സ്നേഹിതൻ ചുമതലപ്പെടുത്തിയത്. അനുകൂലമായ സമയം നോക്കി ഞാൻ കാത്തിരുന്നു. അപ്പോൾ അതാ വരുന്നു അനുയോജ്യ മുഹൂർത്തം. ടീച്ചറുടെ ചോദ്യം: “ഹിന്ദിയിലേക്കു പരിഭാഷപ്പെടുത്തുക” എന്ന വാക്യം ഹിന്ദിയിൽ പറയൂ. ആരാ പറയുന്നത്? ധൈര്യം സംഭരിച്ച് ഞാൻ എഴുന്നേറ്റു നിന്നു. “ഹിന്ദി മേം അനുവാദ് കരോ” എന്നാണ് പറയേണ്ടത്. ഞാൻ അതിലൊരു മാറ്റം വരുത്തി ഇങ്ങനെ പറഞ്ഞു: “ഹിന്ദി മേം അനുരാഗ് കരോ” (ഹിന്ദിയിൽ

പ്രണയിക്കുക). ഈ വാക്യം കേട്ടതും ടീച്ചറുടെ മുഖം ചുവന്നു. അവിടെ ദേഷ്യവും സങ്കടവും ഇടകലർന്ന് ഇരമ്പി മറയുന്നതു ഞാൻ കണ്ടു. സ്കൂളിലെ ഒരധ്യാപകനുമായി ജാനമ്മ ടീച്ചർക്ക് മാനസികമായി അടുപ്പമുണ്ടെന്ന് സ്കൂളിൽ കിംവദന്തി പ്രചരിക്കുന്ന സമയമായിരുന്നു അത്. ജാനമ്മ ടീച്ചർ സുന്ദരിയായിരുന്നു.

വർഷങ്ങൾ കടന്നുപോയി. ഞാൻ ചലച്ചിത്രരംഗത്തു പ്രവേശിച്ചതിനുശേഷം ഒരുദിവസം അമ്മ പറഞ്ഞു: "ഇന്നു ജാനമ്മ നിന്നെ കാണാൻ വരും. സ്കൂളിലെ കലാപരിപാടി ഉദ്ഘാടനം ചെയ്യാൻ വിളിക്കാനാ വരുന്നത്."

പെട്ടെന്ന് ഞാൻ ദുഃഖിതനായി. ജീവിതത്തിൽ എന്നും എവിടെയും ഗുരുത്വം ഉയർത്തിപ്പിടിച്ചിരുന്ന എന്റെ വിദ്യാഭ്യാസകാലത്തുണ്ടായ ഈ കളങ്കം എന്നെ വല്ലാതെ വേട്ടയാടി. സ്കൂളിലെ വേദിയിൽ കുറ്റബോധവും ലജ്ജയും കലർന്ന മനസോടെ ഞാനിരുന്നു. ജാനമ്മ ടീച്ചർ അങ്ങേയറ്റം സന്തോഷവതിയാണ്. അവർ എല്ലാം മറന്നിരിക്കുന്നു. ഓടിനടന്ന് പുതിയ അധ്യാപകരോടും വിദ്യാർഥീ വിദ്യാർഥിനികളോടും പറയുന്നു:

"നോക്കൂ, തമ്പിയുടെ വിനയം. ഞാൻ വിളിച്ചയുടൻ വന്നു. എന്റെ ശിഷ്യനാ. ഞങ്ങളുടെയെല്ലാം അഭിമാനമാ. തമ്പിയെഴുതിയ പാട്ടിലാണ് കുട്ടികൾ ഇന്നു ഡാൻസ് ചെയ്യുന്നത്."

തുടർന്ന് വേദിയിൽ അനേകം കാവടികൾ നിരന്നു. "തൈപ്പൂയ കാവടിയാട്ടം തങ്കമയിൽപ്പീലിയാട്ടം" എന്ന പാട്ട് സ്കൂൾ അങ്കണത്തിൽ അലയടിച്ചു.

യാത്ര പറയുമ്പോൾ ജാനമ്മ ടീച്ചറുടെ രണ്ടുകൈകളും പിടിച്ച് എന്റെ നെറ്റിയോടു ചേർത്ത് ഞാൻ പറഞ്ഞു:

"ടീച്ചർ എനിക്ക് മാപ്പു തരണം. ഒരിക്കൽ ഞാൻ ടീച്ചറോട് ഗുരുത്വക്കേടു കാട്ടിയിട്ടുണ്ട്."

എന്റെ തോളത്തു തട്ടി ആശ്വസിപ്പിച്ചുകൊണ്ട് ടീച്ചർ പറഞ്ഞു: "അതൊന്നും എനിക്കോർമയില്ല. ഗാനരചന, ശ്രീകുമാരൻതമ്പി എന്നു റേഡിയോയിൽ കേൾക്കുമ്പോഴൊക്കെ സന്തോഷവും അഭിമാനവും കൊണ്ട് എന്റെ കണ്ണുനിറയും. ഒരു സത്യംകൂടി പറയട്ടെ, തമ്പിയുടെ പ്രണയഗാനങ്ങളാണ് കൂടുതൽ മെച്ചം. അനുരാഗം എന്ന വാക്കിനോട് തമ്പി നീതി പുലർത്തി."

കാറിൽ കയറുന്നതുവരെ എനിക്കു സംസാരിക്കാൻ കഴിഞ്ഞില്ല. കണ്ണുകൾ തോർന്നതുമില്ല.

എന്തു ചെയ്‌വൂ കദനേ.........

എന്റെ കുട്ടിക്കാലത്ത് ഹരിപ്പാട്ട് ഗ്രാമത്തിലെ പ്രായപൂർത്തിയായ സ്ത്രീകളും പുരുഷന്മാരും തികഞ്ഞ കഥകളി പ്രേമികളായിരുന്നു. വർണഭംഗിയെഴുന്ന വേഷങ്ങൾ ശ്രദ്ധിച്ച് ആ നിറങ്ങളിലും ഒപ്പം ഒഴുകുന്ന താളമേളങ്ങളിലും ഭ്രമിച്ച് ആട്ടവിളക്കിനു മുമ്പിലിരിക്കുന്ന കുട്ടികളും കുറവായിരുന്നില്ല. ഉറങ്ങിയും ഇടയ്ക്കിടെ ഉണർന്നും ആ മായാവേദിയിൽ ലയിച്ച് കുട്ടിയായിരുന്നപ്പോൾ ഞാനും കഥയറിയാതെ ഒട്ടേറെ ആട്ടങ്ങൾ കണ്ടിരുന്നു. സുബ്രഹ്മണ്യസ്വാമി ക്ഷേത്രത്തിലെ ചിത്തിര മഹോത്സവത്തിന് രണ്ടാം ഉത്സവംമുതൽ എട്ടാം ഉത്സവംവരെ ദിവസവും രാത്രിമുതൽ പുലരുംവരെ കളിയുണ്ടായിരുന്നു. രണ്ടാം ഉത്സവം മുതൽ നാലാം ഉത്സവംവരെ മേജർ സെറ്റുമാണ് അഭിനയിച്ചിരുന്നത്. കഥകളിയിലെ തുടക്കക്കാരും പരിചയമുണ്ടായിട്ടും പ്രശസ്തി നേടിയെടുക്കാൻ കഴിയാതെപോയ നിർഭാഗ്യവാന്മാരും അടങ്ങുന്ന നടന്മാരുടെ കൂട്ടമാണ് 'മൈനർ സെറ്റ്.'

തിരുവിതാംകൂർ മഹാരാജാവിന്റെ മുമ്പിൽ കഥകളി അവതരിപ്പിക്കാൻ യോഗ്യത ലഭിച്ചിട്ടുള്ള മഹാപ്രതിഭകളുടെ കൂട്ടായ്മയാണ് മേജർ സെറ്റ്. ഇവരെ 'കൊട്ടാരം കളിക്കാർ' എന്നും വിളിച്ചിരുന്നു. എന്റെ ഓർമയിലെ ആദ്യകാല മേജർസെറ്റ് നടന്മാർ മാങ്കുളം വിഷ്ണു നമ്പൂതിരി, ഗുരു ചെങ്ങന്നൂർ രാമൻപിള്ള, കുടമാളൂർ കരുണാകരൻനായർ, ചമ്പക്കുളം പാച്ചുപിള്ള, കുറിച്ചി കുഞ്ഞൻപണിക്കർ തുടങ്ങിയവരായിരുന്നു. ഹരിപ്പാട്ടു രാമകൃഷ്ണപിള്ളയും ചെന്നിത്തല ചെല്ലപ്പൻപിള്ളയും മടവൂർ വാസുദേവൻനായരുമൊക്കെ അധികം താമസിയാതെ മേൽപ്പറഞ്ഞ മുൻനിരക്കാർക്കൊപ്പമെത്തുകയുണ്ടായി. രാമകൃഷ്ണപിള്ളയും ചെല്ലപ്പൻപിള്ളയും ഗുരു ചെങ്ങന്നൂരിന്റെ പ്രധാന ശിഷ്യന്മാരായിരുന്നു.

ആനക്കൊട്ടിലിൽ കേളി തുടങ്ങുമ്പോൾ ഞാൻ ഓടുന്നത് ഹരിപ്പാട്ട് ക്ഷേത്രത്തിലെ ഊട്ടുപുരയിലേക്കായിരിക്കും. അവിടെയാണ് ചുട്ടികുത്തൽ നടക്കുന്നത്. മലർന്നു കിടക്കുന്ന നടന്റെ മുഖത്ത് വർണങ്ങളുടെ അത്ഭുതം സൃഷ്ടിക്കുന്ന കലാകാരന്റെ കരവിരുത് എന്നെ വല്ലാതെ ആകർഷിച്ചിരുന്നു. വേഷമുടുത്ത് കിരീടവും വച്ചതിനുശേഷം നടന്മാർ പരസ്പരം നാടൻ ഭാഷയിൽ സംസാരിക്കുന്നതു കേൾക്കാനും എനിക്ക് കൗതുകം തോന്നിയിരുന്നു. ഒരുദിവസം 'രാവണൻ' ബീഡി വലിക്കുന്നതുകണ്ട് പൊട്ടിച്ചിരിച്ച എന്നോട് അപരിചിതനായ ഒരാൾ ദേഷ്യപ്പെട്ട് പുറത്തുപോകാൻ പറഞ്ഞു. അപ്പോൾ ഹരിപ്പാട്ടു രാമകൃഷ്ണപിള്ള എന്ന രാവണൻ എന്നെ ചേർത്തു നിർത്തി ആ മുൻകോപിയോട് പറഞ്ഞു: "ഇത് തമ്പിമാരുടെ വീട്ടിലെ കുട്ടിയാ. ഇവിടെ നിന്നോട്ടെ." ബീഡി വലിച്ച ആ നല്ല രാവണൻ എന്നോട് കാണിച്ച വാത്സല്യത്തിന് ഞാനൊരു പ്രത്യുപകാരം ചെയ്തു. വർഷങ്ങൾക്കുശേഷം "ഉത്തരാസ്വയംവരം കഥകളി കാണുവാൻ ഉത്രാടരാത്രിയിൽ പോയിരുന്നു.." എന്ന എന്റെ പ്രശസ്ത ഗാനത്തിലെ "ഹരിപ്പാട്ടു രാമകൃഷ്ണൻ വലനനായി" എന്ന പ്രയോഗത്തിലൂടെ കലാമണ്ഡലം കൃഷ്ണൻനായർ എന്ന മഹാനടന് അക്കാലത്ത് വടക്കുള്ളതുപോലെ തെക്കും ധാരാളം ആരാധകന്മാരുണ്ടായിരുന്നു. അദ്ദേഹം മേജർ സെറ്റിലെ ഒരാളായി പലപ്പോഴും ഹരിപ്പാട്ടു ക്ഷേത്രത്തിൽ വന്നു കളിച്ചിരുന്നു. വർണങ്ങളിലും വേഷങ്ങളിലും ഭ്രമിച്ച കുട്ടിക്കാലം കഴിഞ്ഞ് കൗമാരത്തിലേക്കും യൗവനത്തിലേക്കും സംഗീതത്തിലേക്കും മുദ്രകളിലേക്കും മറ്റു ചിട്ടവട്ടങ്ങളിലേക്കും ആഴത്തിലിറങ്ങിച്ചെന്നു. ഇതിന് എന്നെ സഹായിച്ചത് കുഞ്ഞമ്പിക്കൊച്ചേട്ടൻ എന്നു ഞാൻ വിളിച്ചിരുന്ന കുഞ്ഞുരാമൻ തമ്പിയാണ്. കുടുംബവൃത്തങ്ങളിൽ 'കുഞ്ഞമ്പി' എന്ന പേരിലറിയപ്പെട്ടിരുന്ന കുഞ്ഞുരാമൻ തമ്പി വിഷഹാരിയും കുടുംബനാഥനുമായിരുന്ന എന്റെ വല്യമ്മാവൻ കുമാരൻതമ്പിയുടെ നേർ അനന്തരവനായിരുന്നു. കുഞ്ഞമ്പികൊച്ചേട്ടൻ കുഞ്ഞായിരിക്കുമ്പോൾത്തന്നെ അമ്മ മരിച്ചു. അദ്ദേഹവും മൂത്ത സഹോദരി പൊന്നമ്മ തങ്കച്ചിയും അമ്മൂമ്മയുടെ അനുജത്തിയായ കുട്ടിയമ്മ തങ്കച്ചിയുടെ സംരക്ഷണത്തിലാണ് വളർന്നത്.

വല്യമ്മാവനായിരുന്നു രക്ഷാകർത്താവ്. കുഞ്ഞമ്പിക്കൊച്ചേട്ടന്റെ അച്ഛൻ അമ്പീപ്പറമ്പത്ത് കൃഷ്ണപിള്ള സാമാന്യം നല്ല ജന്മിയായിരുന്നെങ്കിലും അമ്മവീട്ടിൽ കഴിയുന്ന മക്കളെ വല്లപ്പോഴും വന്നു കാണുന്ന അതിഥി മാത്രമായിരുന്നു. കഥകളി എന്നാൽ കുഞ്ഞമ്പിക്കൊച്ചേട്ടന് ജീവിതം തന്നെയായിരുന്നു. ഒരു കഥകളി പാട്ടുകാരനാകണമെന്നായിരുന്നു കുട്ടിക്കാലം മുതലേ അദ്ദേഹത്തിന്റെ മോഹം. സാഹിത്യത്തിലും സംഗീതത്തിലും ഇതര കലകളിലും അദ്ദേഹം കാണിച്ച താൽപ്പര്യം വല്യമ്മാവന് ഇഷ്ടമായില്ല. പഠിത്തത്തിൽ ശ്രദ്ധിക്കാതെ ചെണ്ടപ്പുറത്ത്

കോലുവീഴുന്ന ഭാഗത്തേക്കോടുന്ന അനന്തിരവനെ അദ്ദേഹം സാമദാന ഭേദ ദണ്ഡങ്ങളിലൂടെ നേർവഴിക്കു കൊണ്ടുവരാൻ പരമാവധി ശ്രമിച്ചെങ്കിലും വിജയിച്ചില്ല. "പുകഞ്ഞ കൊള്ളി പുറത്ത്" എന്ന് അമ്മാവനും തീരുമാനിച്ചു.

കുടുംബകലഹം മൂർധന്യതയിലെത്തിയപ്പോൾ സ്വന്തം ഭാഗം വാങ്ങി കുഞ്ഞുരാമൻ തമ്പി കൂട്ടുകുടുംബവ്യവസ്ഥിതിയിൽനിന്ന് മോചനം നേടി. അതോടെ കുഞ്ഞമ്പി കൊച്ചേട്ടൻ നിഷേധിയും ധിക്കാരിയുമാണെന്ന് പലരും വിധിയെഴുതി. മറ്റു ബന്ധുക്കളെ അപേക്ഷിച്ച് താഴത്തെ തട്ടിലായിരുന്നു അന്ന് ഞങ്ങളുടെ കൊച്ചു കുടുംബം. എങ്കിലും സ്വന്തബന്ധങ്ങൾക്കിടയിൽ അനാഥത്വമനുഭവിക്കുന്നവരുടെ മനോദുഃഖച്ചുമടുകൾ ഇറക്കിവെയ്ക്കുന്ന ചുമടുതാങ്ങിയായിരുന്നു എന്റെ അമ്മയുടെ മനസ്സ്. വല്ലാത്ത മാനസിക സംഘട്ടനം അനുഭവിക്കുന്ന അവസരങ്ങളിലൊക്കെ കുഞ്ഞമ്പിക്കൊച്ചേട്ടൻ ഭവാനിക്കുഞ്ഞമ്മയെ കാണാൻ വരുമായിരുന്നു. മനോഹരമായ ഒരു കഥകളിപ്പദം അടുത്തടുത്തു വരുമ്പോൾ കുഞ്ഞമ്പിക്കൊച്ചേട്ടൻ അടുത്തെത്തിക്കഴിഞ്ഞെന്നു ഞാൻ മനസിലാക്കും.

"വിജനേബത മഹതീ വിപിനേ.."
നീയുണർന്നിന്ദു-
വദനേ, വീണെന്തു ചെയ് വൂ കദനേ.."

ഇന്നും ആ ശബ്ദം എന്റെ ഓർമ്മകളിൽ നീന്തിവരാറുണ്ട്. ഉണ്ണായിവാര്യരും ഇരയിമ്പൻതമ്പിയുമായിരുന്നു കുഞ്ഞമ്പിക്കൊച്ചേട്ടന് ഏറ്റവും ഇഷ്ട്ടപ്പെട്ട ആട്ടക്കഥാ രചയിതാക്കൾ. ഞങ്ങളുടെ കുടുംബത്തിലുള്ള പഴമക്കാർക്ക് ഇരയിമ്മൻതമ്പിയോടു പ്രത്യേകത തോന്നാൻ കാരണം കൂടിയുണ്ട്. ഞങ്ങളുടെ പൂർവികർ കണ്ണൂർ ചിറയ്ക്കൽ വിട്ട് ഹരിപ്പാട്ടു വന്നു താമസമാക്കിയതിനുശേഷമാണ് ഇരയിമ്മൻതമ്പി അജ്ഞാതവാസംപോലെ ഹരിപ്പാട്ടു സുബ്രഹ്മണ്യക്ഷേത്രത്തിൽ തൊഴാൻ വന്നത്.

സ്വാതി തിരുനാളും ഇരയിമ്മൻതമ്പിയും തമ്മിൽ ഒരു ഗാനത്തെ സംബന്ധിച്ച് അഭിപ്രായവ്യത്യാസമുണ്ടായെന്നും മഹാരാജാവിന്റെ നീരസം തീരുംവരെ ഇരയിമ്മൻതമ്പി പത്മനാഭപുരത്തുനിന്നും തിരുവനന്തപുരത്തുനിന്നും മാറി ഹരിപ്പാട്ടുവന്നു താമസിച്ചുവെന്നും പറയപ്പെടുന്നു. അന്ന് ഞങ്ങളുടെ തറവാടായ പുന്നൂർമഠമാണ് അദ്ദേഹത്തിന് ആതിഥ്യമരുളിയത്. സാഹിത്യകാരനും ഗവേഷകനുമായിരുന്ന പണ്ഡിതൻ മാടശ്ശേരി മാധവ വാര്യർ എഴുതിയ ഒരു ഉപന്യാസത്തിൽ ഈ വിഷയം പ്രതിപാദിച്ചിട്ടുണ്ട്. ഹരിപ്പാട്ടു കിഴക്കേടത്തു വാര്യത്തെ ഒരമ്മാവനും അനന്തരവനും മികച്ച ആട്ടക്കഥ രചയിതാക്കളായിരുന്നു. *ഉർവശീ സ്വയംവരം* എഴുതിയ ഹരിപ്പാട്ടു കൊച്ചുപിള്ള വാര്യർ (1785

-1839) സ്വാതിതിരുനാളിന്റെ സംസ്കൃത ഗുരു കൂടിയായിരുന്നുവെന്ന് മഹാകവി ഉള്ളൂർ രേഖപ്പെടുത്തിയിട്ടുണ്ട്. ഇദ്ദേഹത്തിന്റെ അനന്തിരവനാണ് *ഇന്ദുമതീ സ്വയംവരം* എന്ന ആട്ടക്കഥ രചിച്ച ഹരിപ്പാട്ടു രാമവാര്യർ (1818-1855). ഹരിപ്പാട്ടു ചെമ്പകശ്ശേരി വാര്യത്താണ് ഇദ്ദേഹം ജനിച്ചത്.

ഇറവൻകര ഉണ്ണിത്താൻമാരെപ്പോലെയും ചേർത്തല കൂട്ടപ്പക്കുറിപ്പിനെപ്പോലെയും കഥകളിപ്പാട്ടുകാരനാകാഗ്രഹിച്ച കുഞ്ഞമ്പിക്കൊച്ചേട്ടൻ ഒടുവിൽ ചെന്നെത്തിയത് പട്ടാളത്തിൽ. പ്രതിഭാ സമ്പന്നനായ അദ്ദേഹം വൈകാതെ മടങ്ങിവന്ന് പ്രൈവറ്റായി പഠിച്ച് ബി എയും ബി എഡ്ഡും ജയിച്ച് അധ്യാപകനായി. കഥകളി അപ്പോഴും അദ്ദേഹത്തിന്റെ ആത്മാവിന്റെ ഭാഗമായിരുന്നു. ഇഷ്ടപ്പെട്ട പെൺകുട്ടിയെ (അകന്ന ബന്ധത്തിൽപ്പെട്ട സുന്ദരിയായ മുറപ്പെണ്ണിനെ) വിവാഹം കഴിച്ചെങ്കിലും അധികം വൈകാതെ അദ്ദേഹം അമ്മായിയുടെ ശത്രുവായി. അങ്ങനെ ആ ബന്ധം വേർപെടുത്തി. വിടപറയുമ്പോൾ ഒരുവർഷം മാത്രം ഭാര്യയായി കൂടെ താമസിച്ച മുറപ്പെണ്ണിന് രണ്ടേക്കർ വിസ്തൃതിയുള്ള തെങ്ങിൻ പുരയിടം ദാനാധാരമായിക്കൊടുത്തു. സൗന്ദര്യത്തിന്റെ പിന്നാലെ പോയതുകൊണ്ടാണ് തന്റെ ദാമ്പത്യം തകർന്നതെന്നു വിശ്വസിച്ച കുഞ്ഞമ്പിക്കൊച്ചേട്ടൻ സൗന്ദര്യം കുറവായ ഒരു സ്ത്രീയെ പിന്നീട് വിവാഹം കഴിച്ചു. ഭാര്യയും മക്കളുമൊരുമിച്ച് സന്തോഷമായി കഴിയുമ്പോഴും അദ്ദേഹം കഥകളിയോടുള്ള പ്രണയം ഉപേക്ഷിച്ചില്ല.

ഒരിക്കൽ എന്നെ കാണാനായി മാത്രം അദ്ദേഹം മദ്രാസിൽ വന്നു. ഒരു കൊച്ചുകുഞ്ഞിനെയെന്നവണ്ണം എന്നെ തഴുകിത്താലോലിച്ചുകൊണ്ട് അദ്ദേഹം പറഞ്ഞു:

"എനിക്കുവേണ്ടി നീ രണ്ടു കാര്യങ്ങൾ ചെയ്യണം. നീ ഒരു ആട്ടക്കഥയെഴുതണം. പിന്നെ എന്റെ ജീവിതകഥ ഒരു നോവലാക്കണം."

കുഞ്ഞമ്പിക്കൊച്ചേട്ടന്റെ രണ്ടു മോഹങ്ങളും നിറവേറ്റാൻ ഇതുവരെ എനിക്കു സാധിച്ചില്ല. അദ്ദേഹത്തിന്റെ ആദ്യഭാര്യയായ ജാനമ്മചേച്ചി കാൻസർ ബാധിച്ച് മരിച്ചു. എന്റെ നേരമ്മാവൻ ഡോക്ടർ പത്മനാഭൻ തമ്പിയുടെ രണ്ടാമത്തെ മകളായിരുന്നു ജാനമ്മചേച്ചി. *മാതൃഭൂമി* ബുക്സ് പ്രസിദ്ധീകരിച്ച *എന്റെ ആത്മകഥയിലെ പെൺമനസ്സുകൾ* പുസ്തകത്തിലെ 'ജലത്തിലെ അഗ്നി' എന്ന അധ്യായം ജാനമ്മചേച്ചിയുടെ കഥയാണ്.

ജാനമ്മചേച്ചിയെ കാണാൻ കുഞ്ഞമ്പിക്കൊച്ചേട്ടൻ ആശുപത്രിയിൽ പോയിരുന്നു. ആ മനസ്വിനി യാത്ര പറഞ്ഞ് അധികം വൈകാതെ ഒരു രാത്രി മുഴുവൻ കഥകളി കണ്ട് മനസ്സുനിറഞ്ഞ് കുഞ്ഞമ്പിക്കൊച്ചേട്ടനും ഒരനാഥനെപ്പോലെ വിഷംകഴിച്ച് ആത്മഹത്യചെയ്തു.

ഇപ്പോഴും ചില രാത്രികളിൽ കഥകളിപ്പദം കേട്ട് ഞാൻ ഞെട്ടി ഉണരാറുണ്ട്.

കേദാര ഗൗളരാഗത്തിൽ ചേമ്പടതാളത്തിൽ ആ നാദം അടുത്തടുത്തു കേൾക്കുന്നു.

"ഭാഗ്യവിലാസംകൊണ്ടെന്റെ
ഭാര്യയായീടുവാൻ
യോഗ്യയാമിവളെയിന്നു
കൈക്കലാക്കീടുന്നേൻ"

പ്രിയപ്പെട്ട കുഞ്ഞമ്പിക്കൊച്ചേട്ടാ, ഞാൻ ആട്ടക്കഥയെഴുതിയില്ല. കച്ചവട സിനിമകൾക്ക് യോജിച്ച വെറും പാട്ടുകളാണെഴുതിയത്. എനിക്ക് മാപ്പുതരൂ...

മനസ്സ് എന്ന കാലിഡൊസ്കോപ്പ്

ഒരു ചലച്ചിത്രഗാന രചയിതാവിന് തന്റെ വിശ്വാസ പ്രമാണങ്ങളുമായി ഒട്ടും ഇണങ്ങാത്ത വിഷയങ്ങളെ അംഗീകരിക്കുകയും പ്രകീർത്തിക്കുകയും ചെയ്യുന്ന ഗാനങ്ങൾ രചിക്കേണ്ടതായിവരും. നിരീശ്വരവാദിയായിരുന്ന വയലാർ രാമവർമ്മയ്ക്ക് "ശബരിമലയിൽ തങ്കസൂര്യോദയം," "ശരണമയ്യപ്പാ സ്വാമി ശരണമയ്യപ്പാ.." തുടങ്ങി എത്രയോ ഭക്തിഗാനങ്ങൾ എഴുതേണ്ടിവന്നു. അനവധി ക്രിസ്ത്യൻ ഭക്തിഗാനങ്ങളും സിനിമയ്ക്കുവേണ്ടി അദ്ദേഹം സൃഷ്ടിച്ചിട്ടുണ്ട്. മദ്യപിക്കാത്ത ഞാൻ *ഇതാ ഒരു മനുഷ്യൻ* എന്ന ചിത്രത്തിനുവേണ്ടി 'ഒന്നു ചിരിക്കാൻ എല്ലാം മറക്കാൻ ഒരിക്കൽക്കൂടി ഞാൻ കുടിച്ചോട്ടെ' എന്ന ഗാനം സൃഷ്ടിക്കാൻ നിർബന്ധിതനായി. പ്രേതങ്ങളുടെ അസ്തിത്വത്തെ അംഗീകരിക്കാൻ പ്രയാസമുള്ള എനിക്ക് *വിഷുക്കണി* എന്ന സിനിമയ്ക്കുവേണ്ടി 'രാപ്പാടി പാടുന്ന രാഗങ്ങളിൽ, നിലാവാടുന്ന യാമങ്ങളിൽ...' എന്നു തുടങ്ങുന്ന പ്രേതഗാനം രചിക്കാൻ സന്ദർഭം ലഭിച്ചു. പ്രസ്തുത ഗാനം സലിൽ ചൗധരി നൽകിയ ഈണത്തിനനുസരിച്ച് രൂപപ്പെട്ടുകൊണ്ടിരിക്കെ, ഞാൻ അദ്ദേഹത്തോടു ചോദിച്ചു: "സലിൽദാ പ്രേതങ്ങളിൽ വിശ്വസിക്കുന്നുണ്ടോ?" അദ്ദേഹം അർഥഗർഭമായി മന്ദഹസിച്ചു. താടിക്കു കൈകൊടുത്തിരുന്ന് അൽപ്പനേരം ആലോചിച്ചു. പിന്നീട് ശാന്തഗംഭീര ശബ്ദത്തിൽ പറഞ്ഞു: "വിശ്വസിക്കുന്നു എന്നു പറയാൻ എനിക്കു ബുദ്ധിമുട്ടുണ്ട്. അതേസമയം എന്നെ അതിശയിപ്പിച്ച ചില അനുഭവങ്ങളുമുണ്ട്. ഒന്നുകൂടി ആലോചിച്ചതിനുശേഷം അദ്ദേഹം തുടർന്നു: "അതൊരു കടങ്കഥയാണ്." കമ്യൂണിസ്റ്റുകാരനായി ജീവിച്ച ആ സംഗീതജ്ഞൻ ഇങ്ങനെ പറഞ്ഞപ്പോൾ സലിൽ ചൗധരിയുടെ മാന്ത്രിക സംഗീതത്തിലും ബിമൽറോയി എന്ന അനുഗൃഹീതന്റെ സംവിധാനത്തിലും പുറത്തുവന്ന

മധുമതി എന്ന പ്രഖ്യാത ചിത്രത്തിലെ ചില അവിസ്മരണീയ ദൃശ്യങ്ങൾ എന്റെ മനസിൽ നിറഞ്ഞു. പുനർജന്മത്തിന്റെ കഥപറയുന്ന ആ മനോഹര ചിത്രത്തിലെ "ആജാരേപരദേശി...." എന്ന ഗാനത്തിന്റെ മൂല്യമളക്കാൻ അളവുകോലുകളില്ല.

പ്രേതങ്ങൾ എന്നൊരു വർഗം പ്രപഞ്ചത്തിലുണ്ടെന്നു വിശ്വസിക്കാൻ എനിക്കു താൽപ്പര്യമില്ല. അതേസമയം സലിൽദാ സൂചിപ്പിച്ചതുപോലെ ചില അത്ഭുതകരമായ അനുഭവങ്ങൾ എനിക്കുമുണ്ടായിട്ടുണ്ട്.

എന്റെ തറവാട്ടിലുള്ളവർ പ്രത്യേകിച്ചും എന്റെ മുൻതലമുറകളിൽപ്പെട്ടവർ മന്ത്രതന്ത്രങ്ങളിൽ വിശ്വസിച്ചിരുന്നു. വിഷചികിത്സയിൽ പോലും മരുന്നിനോടൊപ്പം മന്ത്രത്തിനും സ്ഥാനമുണ്ടെന്നു തന്നെയാണ് അവർ ധരിച്ചിരുന്നത്. ഞാൻ പിറന്നുവീണ 'കരിമ്പാലേത്ത്' എന്ന നാലുകെട്ടിന്റെ പടിഞ്ഞാറു ഭാഗത്താണ് പ്രശസ്തമായ ഹോമപ്പുര കൊട്ടാരം സ്ഥിതിചെയ്യുന്നത്. 'ഗണപതിഹോമ'മടക്കമുള്ള വിവിധ ഹോമങ്ങൾ അവിടെയാണു നടത്തിയിരുന്നത്. തിരുവിതാംകൂർ രാജവംശത്തിലെ അംഗങ്ങൾ ഹരിപ്പാട്ടു സുബ്രഹ്മണ്യക്ഷേത്രത്തിൽ ദർശനത്തിനു വരുമ്പോൾ താമസിക്കുന്നതിനായി പണികഴിപ്പിച്ച ഒരു പ്രത്യേക കെട്ടിടം ഈ മതിൽക്കെട്ടിനകത്തുണ്ടായിരുന്നു. അടുത്തുള്ള ഇടവഴിയിൽ ധാരാളം പാമ്പുകൾ ഉണ്ടായിരുന്നതുകൊണ്ട് ഹോമപ്പുര കൊട്ടാരത്തിന്റെ അങ്കണത്തിലൂടെയാണ് ഞങ്ങൾ ക്ഷേത്രത്തിലേക്കു പോകുന്ന വഴിയിൽ പ്രവേശിച്ചിരുന്നത്. രാജഭരണം കഴിഞ്ഞതോടെ ഹോമപ്പുര കൊട്ടാരം ഹരിപ്പാട്ടു ദേവസ്വത്തിനു കീഴിലായിത്തീർന്നിരുന്നു.

പന്ത്രണ്ടാം വയസുമുതൽ വിദ്യാർഥി കോൺഗ്രസിലും തുടർന്ന് സോഷ്യലിസ്റ്റുപാർട്ടിയിലും പ്രവർത്തിച്ചിരുന്ന വല്യേട്ടൻ (പി വി തമ്പി) പതിനെട്ടാം വയസിൽത്തന്നെ രാഷ്ട്രീയ ലേഖനങ്ങൾ എഴുതുമായിരുന്നു. അക്കാലത്ത് തൃശൂരിൽനിന്ന് ബി സി വർഗീസിന്റെ പത്രാധിപത്യത്തിൽ പ്രസിദ്ധീകരിച്ചിരുന്ന *പ്രവാഹ*ത്തിൽ, "തേന്മുള്ളുകൾ" എന്ന പേരിൽ വല്യേട്ടൻ ഒരു സ്ഥിരം പംക്തി കൈകാര്യം ചെയ്തിരുന്നു. ആർ എം മനയ്ക്കലാത്തിന്റെ *പൗരൻ* എന്ന മാസികയിലും എം നാരായണക്കുറുപ്പിന്റെ *സമദർശി*യിലും അദ്ദേഹം തുടർച്ചയായി ആക്ഷേപഹാസ്യത്തിലുള്ള രാഷ്ട്രീയ ലേഖനങ്ങൾ എഴുതി.

ഒരുദിവസം രാത്രി വല്യേട്ടൻ വീട്ടിൽ വന്നപ്പോൾ ബി സി വർഗീസ്, ആർ എം മനയ്ക്കലാത്ത്, എൻ കെ ശേഷൻ എന്നിവർ ഒപ്പമുണ്ടായിരുന്നു. അതിഥികളെ വരാന്തയിലിരുത്തിയിട്ട് അടുക്കള വാതിൽക്കൽ വന്ന് വല്യേട്ടൻ (എന്റെ ഭാഷയിൽ വാവുത്തത്തൻ) പറഞ്ഞു:

"അമ്മേ, എല്ലാവർക്കും ഊണുവേണം. ഞങ്ങളാരും ഭക്ഷണം കഴിച്ചിട്ടില്ല." പെട്ടെന്ന് പാചകം ചെയ്യുന്ന അടുക്കളമന്ത്രങ്ങളെല്ലാം അറിയാവുന്ന ഒന്നാന്തരം പാചകക്കാരിയാണ് അമ്മ. നിമിഷങ്ങൾക്കകം പുരയിടത്തിൽനിന്ന് കിഴങ്ങും അല്ലറ ചില്ലറ മലക്കറികളും ശേഖരിച്ച് ഒന്നാംതരം കറികളുണ്ടാക്കാനും അമ്മയ്ക്ക് ചാതുര്യമുണ്ട്. ഞങ്ങൾ അത്തരം

കറികളെ 'തട്ടിക്കൂട്ടുകറികൾ' എന്നാണു വിളിക്കുക. അമ്മ കിഴങ്ങു വർഗങ്ങൾ മാത്രമിട്ടു തയാറാക്കുന്ന അവിയലിന് മക്കളിട്ടപേർ 'കാള അവിയൽ' എന്നാണ്. (ഇന്ന് ആ കാളഅവിയൽ ഒരു സ്പൂൺ കിട്ടാൻ കൊതിക്കുന്നു). അതിഥി സൽക്കാരപ്രിയയായ അമ്മ എന്നെ അടുത്തു വിളിച്ചു പറഞ്ഞു: "മക്കളേ പെട്ടെന്നൊരു അവിയലും മെഴുക്കുപുരട്ടിയു മുണ്ടാക്കാം. മോരിരിപ്പുണ്ട്. നീ പടിഞ്ഞാറേ നടയിൽപ്പോയി പണ്ടാര ക്കാരിയുടെ അടുത്തുനിന്ന് ഒരു കെട്ടു പപ്പടം വാങ്ങിച്ചോണ്ടുവാ." സമയം രാത്രി പത്തുമണി കഴിഞ്ഞിരിക്കും. ഇടവഴിയിൽ പാമ്പുകൾ വിളയാ ടുന്ന സമയം. ഹോമപ്പുര കൊട്ടാരവളപ്പിൽ കയറി ഞാൻ വേഗം നട ന്നു. ഹോമപ്പുരയുടെ വടക്കേ വരാന്തയ്ക്ക് അഭിമുഖമായി ഒരു ഏഴിലം പാല നിൽക്കുന്നുണ്ട്. അതിൽ യക്ഷി വസിക്കുന്നു എന്നാണ് പഴമക്കാ രുടെ വിശ്വാസം. ചുറ്റും നോക്കി ഭയം നിയന്ത്രിച്ച് മൂളിപ്പാട്ടു പാടി ഞാൻ നടന്നു. നേരിയ നിലാവുണ്ട്. പാലയുടെ സമീപമെത്തിയപ്പോൾ ഞാൻ നടത്തത്തിന്റെ വേഗത കൂട്ടി. പപ്പടം ഉണ്ടാക്കി വീടുകളിൽ കൊണ്ടുവ രുന്ന 'പണ്ടാരക്കാരിയുടെ' വാതിൽ മുട്ടി. നല്ല ഉറക്കത്തിൽ നിന്നും ഉണർന്നുവന്ന് കതകു തുറന്ന ആ വൃദ്ധ എന്നെ കണ്ടതും തികഞ്ഞ വാത്സല്യത്തോടെ പപ്പടം പൊതിഞ്ഞു തന്നു. ക്ഷേത്രത്തിന്റെ വടക്കു വശത്തുള്ള ആൽത്തറതാണ്ടി വേഗം നടന്ന് ഞാൻ ഹോമപ്പുര കൊട്ടാര വളപ്പിൽ കാലുകുത്തി. ഏഴിലംപാല നേരിയ നിലാവിൽ ഒരു വലിയ ചിത്രംപോലെ നിൽക്കുന്നു, പെട്ടെന്ന് എന്നെത്തേടിവന്ന സ്ത്രീ ശബ്ദം കേട്ട് ഞാൻ നടുങ്ങി!

എന്റെ ശ്വാസം നിലച്ചതുപോലെ തോന്നി. തിരിഞ്ഞു നോക്കിയ പ്പോൾ ഞാൻ കണ്ടു വെള്ള സാരിയുടുത്ത ഒരു സ്ത്രീരൂപം. സാരിയുടെ തലപ്പുകൊണ്ട് ശിരസുമൂടിയിരിക്കുന്നു. ആ സ്ത്രീരൂപത്തോട് 'നിങ്ങ ളാരാണ്' എന്നു ചോദിക്കാനുള്ള ധൈര്യം പന്ത്രണ്ടുകാരനായ എനി ക്കുണ്ടായില്ല. ഞാൻ ഓടി. ഏതോ കല്ലിൽ തട്ടി മറിഞ്ഞു വീണു. ആകെ തളർന്നു വീട്ടിലെത്തിയ ഞാൻ അമ്മയോടു നടന്ന സംഭവം പറഞ്ഞൊ പ്പിച്ചു. വാവുത്തത്തനും പടിഞ്ഞാറേ ചെറിയപുരയിടത്തിൽ താമസിച്ചി രുന്ന വാസുദേവനും എന്നെയും കൊണ്ട് ആ സ്ത്രീയിരുന്ന ഭാഗത്തേക്ക് ഓടി. ഹോമപ്പുര കൊട്ടാരവും ക്ഷേത്രക്കുളക്കടവുകളും അരിച്ചുപെറുക്കി നോക്കിയിട്ടും സ്ത്രീയുടെ പൊടിപോലും കണ്ടില്ല. അവൾ ഒരുപക്ഷേ, കാമുകനെ പ്രതീക്ഷിച്ചിരുന്ന കാമുകിയായിരിക്കാം. അല്ലെങ്കിൽ ആരു ടെയോ ക്ഷണം സ്വീകരിച്ചെത്തിയ അഭിസാരികയായിരിക്കാം. പക്ഷേ, രണ്ടോ മൂന്നോ നിമിഷങ്ങൾക്കുള്ളിൽ അവൾ എങ്ങനെ അപ്രത്യക്ഷ യായി? ആ ചോദ്യം ഇന്നും എന്നിൽ ഉത്തരം കിട്ടാതെ അവശേഷിക്കുന്നു.

പ്രകാശത്തിൽനിന്നാണ് ഏറ്റവും കൂടുതൽ വേഗതയുള്ളതെന്ന് ഭൗതികശാസ്ത്രം പറയുന്നു. എന്നാൽ മനസിന്റെ വേഗതയെ പ്രകാശ ത്തിനു തോൽപ്പിക്കാനാകുമോ? ഒരു നിയമത്തിനും വിധേയമാകാത്ത വിധത്തിൽ നടക്കുന്ന 'ക്വാണ്ടം കുതിപ്പു'കണ്ട് ആൽബെർട്ട് ഐൻസ്റ്റീൻ

പോലും നടുങ്ങിപ്പോയി. ഭൗതികശാസ്ത്രത്തിനു വിശദീകരിക്കാനാത്ത പ്രപഞ്ചരഹസ്യങ്ങളുണ്ട്. സംശയമില്ല. മനസാണ് ഏറ്റവും വലിയ അത്ഭുതവസ്തു. അതുകൊണ്ടാണ് ഒരു ഗാനത്തിൽ ഞാൻ ഇങ്ങനെയെഴുതിയത്:

“മനസൊരു വായനശാല
മൗനഭാഷാ ഗ്രന്ഥശാല
തനിക്കുപോലും വായിച്ചുതീർക്കാൻ
സമയം തികയാത്ത പഠനശാല.”

ജീവിതം എന്ന അങ്കഗണിതം

ഇന്നത്തെ കുട്ടികൾക്കും രക്ഷിതാക്കൾക്കും ഗവൺമെന്റ് വിദ്യാലയങ്ങളോട് വെറുപ്പാണ്. ഗവൺമെന്റ് സ്കൂളിൽ പഠിക്കുന്ന കുട്ടികൾ പൊതുവെ മന്ദബുദ്ധികളായിരിക്കും എന്നു പ്രചരിപ്പിക്കുന്നവരും ഇക്കൂട്ടത്തിലുണ്ട്. മാതൃഭാഷയായ മലയാളത്തോടാണെങ്കിൽ പ്രതിമാസം ആയിരക്കണക്കിനു രൂപ ഫീസിനത്തിൽ കൈപ്പറ്റുന്ന പ്രൈവറ്റ് സ്കൂളുകളിലും കോൺവെന്റുകളിലുംതന്നെ പഠിക്കണം. സി ബി എസ് ഇ സിലബസാണെങ്കിൽ ഏറെ നന്ന്. സംസ്ഥാന സിലബസിനനുസരിച്ചുള്ള എസ് എസ് എൽ സി പഠനത്തിനും മാന്യത പോരാ. ചുരുക്കത്തിൽ ദൈവത്തിന്റെ നാടും കമ്യൂണിസത്തിന്റെ നാടും ബുദ്ധിജീവികളുടെ നാടുമൊക്കെയായ കേരളത്തിൽ വിദ്യാഭ്യാസമേഖലയിലും ചാതുർവർണ്യം നിലവിൽ വന്നിരിക്കുന്നുവെന്ന് സാരം. സി ബി എസ് ഇ സിലബസിലുള്ള ഹയർസെക്കൻഡറി സവർണനും സംസ്ഥാന സിലബസിലുള്ള എസ് എസ് എൽ സി അവർണനുമാണെന്ന് ഭൂരിപക്ഷമാളുകളും വിശ്വസിക്കുന്നു. മലയാളം മീഡിയമായുള്ള എസ് എസ് എൽ സി യാകട്ടെ തികച്ചും അധഃകൃതൻ!

ഹരിപ്പാട് ഗവൺമെന്റ് ബോയ്സ് ഹൈസ്കൂളിൽ പഠിച്ചാണ് ഞാൻ എസ് എസ് എൽ സി ജയിച്ചത്. ഇംഗ്ലീഷ്, ഹിന്ദി എന്നീ ഭാഷകളൊഴികെയുള്ള എല്ലാ വിഷയങ്ങളും മലയാളത്തിലാണ് പഠിച്ചത്. ഫിസിക്സ് ഞങ്ങൾക്ക് ഊർജതന്ത്രവും, കെമിസ്ട്രി രസതന്ത്രവുമായിരുന്നു. ചരിത്രം, ഭൂമിശാസ്ത്രം, പൗരധർമം (History, Geography, Civics) എന്നീ വിഷയങ്ങളും എന്തിന് ഗണിതംപോലും മലയാളത്തിൽത്തന്നെ. അരിത്തമെറ്റിക്കിന് 'അങ്കഗണിത'മെന്നും ആൾജിബ്രാക്ക് 'ബീജഗണിതം' എന്നുമായിരുന്നു പേരുകൾ. എന്നിട്ടും എനിക്കോ എന്റെ സഹപാഠി

കൾക്കോ ഒരു അപകർഷതാബോധവും തോന്നിയിരുന്നില്ല. മാതൃഭാഷയിലുള്ള പഠനം വിഷയങ്ങളുമായി ബുദ്ധികൊണ്ടും മനസുകൊണ്ടും കൂടുതലടുക്കാൻ ഞങ്ങളെ സഹായിച്ചു എന്നതത്രേ പരമാർഥം. ഉയർന്ന മാർക്കുവാങ്ങി ഒന്നാം ക്ലാസിൽ തന്നെയാണ് ഞാൻ എസ് എസ് എൽ സി ജയിച്ചത്.

ഇത്രയും ആമുഖമായി പറഞ്ഞതുകൊണ്ട് ഞാൻ അനുഭവങ്ങളുടെ താപഭയത്താൽ താളം മാറ്റി ചവിട്ടുകയാണെന്നു കരുതരുത്. പത്താം ക്ലാസിൽ (പഴയ ഫിഫ്ത്ത് ഫോം) പഠിക്കുമ്പോഴുണ്ടാകുന്ന ഒരനുഭവം തന്നെയാണ് വിഷയം. ശാസ്ത്രവിഷയങ്ങളിലെ സാങ്കേതിക പദങ്ങൾ പലതും മലയാളത്തിലേക്കു മാറ്റപ്പെട്ടപ്പോൾ രസകരമായ പുതിയ പേരുകളുണ്ടായി. ബോയിലിംഗ് പോയിന്റ് 'ക്വഥനാങ്കം' ആയി. തെർമോമീറ്റർ 'താപമാപിനി'യും ടെലസ്കോപ്പ് 'ദൂരദർശിനി' യും ഇക്വേഷൻ 'സമവാക്യ'വുമായി. എന്റെ സ്നേഹിതൻ ശിവരാമന് ക്വഥനാങ്കം എന്നു പറയാൻ വലിയ ബുദ്ധിമുട്ടായിരുന്നു. അയാൾ ഥ, ധ, ത എന്നീ മൂന്നക്ഷരങ്ങളും ഒരേ രീതിയിലാണ് ഉച്ചരിച്ചിരുന്നത്. ശിവരാമൻ 'ക്വഥനാങ്കം' എന്ന വാക്ക് ഉച്ചരിക്കുമ്പോൾ അധ്യാപകനും, മറ്റു വിദ്യാർഥികളും ഉച്ചത്തിൽ പൊട്ടിച്ചിരിക്കും. ആ ചിരിയുടെ പിന്നിലുള്ള കാരണം മനസിലാക്കാനുള്ള കഴിവുപോലും ശിവരാമനുണ്ടായിരുന്നില്ല. അയാൾ കാര്യമറിയാതെ ചുറ്റും പകച്ചുനോക്കും. അത്രയ്ക്ക് നിഷ്കളങ്കനുമായിരുന്നു ശിവരാമൻ. ഞങ്ങളെ രസതന്ത്രം പഠിപ്പിച്ചിരുന്ന കൃഷ്ണമൂർത്തി സാർ സഹൃദയനും, സ്നേഹ സമ്പന്നനുമായിരുന്നു, അങ്ങേയറ്റം ക്ഷമാശീലനും. രസതന്ത്രത്തിലെ സാങ്കേതിക പദങ്ങൾ ശിവരാമനെ പഠിപ്പിക്കാൻ അദ്ദേഹം തന്നാൽ കഴിവുള്ളതെല്ലാം ചെയ്തു. പക്ഷേ, വിജയിച്ചില്ല. ഒരുദിവസം ഹരിപ്പാട്ടു ക്ഷേത്രത്തിൽ പ്രദക്ഷിണം ചെയ്തുകൊണ്ടിരിക്കുമ്പോൾ കൃഷ്ണമൂർത്തിസാർ എന്നെ കണ്ടു. പലതും പറഞ്ഞ കൂട്ടത്തിൽ ശിവരാമനും സംസാരവിഷയമായി.

"ആ ശിവരാമനെ തമ്പിക്കൊന്നു സഹായിച്ചുകൂടേ? ഒഴിവുസമയങ്ങളിൽ തമ്പിക്കറിയാവുന്ന വിഷയങ്ങൾ പറഞ്ഞുകൊടുക്കൂ...പാവം. അയാൾ നല്ല കുട്ടിയാണ്. പക്ഷേ, ബുദ്ധി തീരെയില്ല."

കൃഷ്ണമൂർത്തിസാറിന്റെ വാക്കുകൾ ഞാനനുസരിച്ചു. അടുത്ത ദിവസം മുതൽ ഹോംവർക്കു ചെയ്യാനും തെറ്റുകൾ തിരുത്താനും ഞാൻ ശിവരാമനെ സഹായിച്ചു തുടങ്ങി. മറ്റുള്ളവരുടെ പരിഹാസ പാത്രമാകുന്നതിൽ അതീവ ദുഃഖിതനായിരുന്നു ശിവരാമൻ. എന്റെ തോളത്തു കൈവച്ച് ഗദ്ഗദകണ്ഠനായി ശിവരാമൻ പറഞ്ഞു:

"ഞാനെന്തു ചെയ്യാനാ തമ്പീ? എത്രനേരമിരുന്നു പഠിച്ചിട്ടും ഒന്നും എന്റെ തലയിലോട്ടു കേറുന്നില്ല."

എന്റെ മനസലിഞ്ഞു. അവന്റെ കൈപിടിച്ചു കുലുക്കി ഞാൻ പറഞ്ഞു:

"ശിവരാമൻ ധൈര്യമായിരിക്ക്. നമുക്ക് ശരിയാക്കിക്കളയാം."

ശിവരാമന്റെ അമ്മയുടെ ഏറ്റവും ഇളയ അനുജനായ രാജപ്പനും ഞങ്ങളുടെ ക്ലാസിൽ തന്നെയാണ് പഠിച്ചിരുന്നത്. ബന്ധംകൊണ്ട് അമ്മാവനും അനന്തരവനുമായിരുന്നെങ്കിലും അവർ ഏതാണ്ട് സമപ്രായക്കാരായിരുന്നു. കുടുംബാസൂത്രണത്തിൽ വിശ്വസിക്കുന്ന ആധുനിക പൗരന്മാർക്ക് ഇതു വിശ്വസനീയമായി തോന്നാനിടയില്ല. എന്നാൽ മൂത്തമകൾ പ്രസവം മതിയാക്കിയതിനുശേഷവും പ്രസവം തുടരുന്ന അമ്മമാർ പണ്ട് നമ്മുടെ വീടുകളിലുണ്ടായിരുന്നു. സമപ്രായക്കാരനായ ഒരനന്തരവൻ എനിക്കുമുണ്ടായിരുന്നു. അകന്ന ബന്ധമായിരുന്നെങ്കിലും, വേലായുധൻ തമ്പി എന്നുപേരുള്ള എന്റെ അനന്തരവനും രാജപ്പനുമാണ് ശിവരാമനെ കൂടുതൽ കളിയാക്കിയിരുന്നത്. രാജപ്പൻ എല്ലാ വിഷയങ്ങളിലും ശിവരാമനെക്കാൾ മുമ്പിലായിരുന്നു. സദാ ഊർജസ്വലനുമായിരുന്നു അയാൾ. പക്ഷേ, ശിവരാമൻ നടക്കുന്നതുപോലും "സ്ലോ മോഷനി'ലായിരുന്നു. മുഖത്ത് ദുഃഖം ഘനീഭവിച്ച് കിടക്കുന്നതുപോലെ തോന്നും. കൂട്ടുകാർ കളിയാക്കി ചിരിക്കുമ്പോൾ ആ മുഖം കൂമ്പാളപോലെ വിളറും. പൊതുവെ രക്തക്കുറവുള്ള ആ മുഖത്ത് ചോരയുടെ പ്രഭാവം പൂർണമായും അസ്തമിക്കും. ആ ദൈന്യത ക്രമേണ എന്നെ ശിവരാമന്റെ പ്രിയതോഴനാക്കി മാറ്റി. അവനെ പരിഹസിക്കുന്നവരെ തിരിച്ചു കളിയാക്കാൻ ഞാൻ മുമ്പിൽ നിന്നു. എന്റെ ശക്തമായ പിന്തുണ സാവധാനത്തിൽ ശിവരാമനിലും ചില ചലനങ്ങളുണ്ടാക്കി. നിരന്തരമായ പരിശ്രമത്തിലൂടെ ശിവരാമനെ ഞാൻ 'ഥ' എന്ന അക്ഷരം ശരിയായുച്ചരിക്കാൻ പഠിപ്പിച്ചു. അങ്ങനെ ശിവരാമന്റെ 'ക്വഥനാങ്കം' രക്ഷപ്പെട്ടു.

രണ്ടു സഹപാഠികളിലൊരാൾ ഗുരുവും അപരൻ ശിഷ്യനുമായി മാറുക എന്നത് രസകരമായ അനുഭവമാണ്. ഗുരുവിന്റെ അഹന്ത വളരുകയും അയാൾ തലക്കനം കാണിക്കുകയും ചെയ്യുമ്പോൾ ശിഷ്യന് ഗുരുവിനോട് 'എടോ വല്യ ആളാവരുത്' എന്നു പറയാം. അങ്ങോട്ടുമിങ്ങോട്ടും നുള്ളാം, തല്ലാം, ഇണങ്ങാം, പിണങ്ങാം, വീണ്ടും ഒന്നിക്കാം. ശരികളിലും തെറ്റുകളിലും ഒരുമിച്ചു ചിരിക്കാം.

ഞാൻ ശിവരാമനെ രസതന്ത്രവും ഊർജതന്ത്രവും പഠിപ്പിച്ചു തുടങ്ങിയതറിഞ്ഞ് തൽപ്പരകക്ഷികളെല്ലാം ഇളകി മറിഞ്ഞു. ശിവരാമനെ മാത്രമല്ല, എന്നെയും അവർ കളിയാക്കാൻ തുടങ്ങി. "ചുമ്മാസാർ" എന്നും 'ക്വഥനാങ്കം' എന്നും അവരെന്നെ വിളിച്ചു. അതിനു മറുപടിയായി മലയാള ഭാഷയിലെ രണ്ടു മധുര കോമള പദങ്ങൾ ഞാൻ തിരിച്ചു പ്രയോഗിച്ചു, 'പോടാ പുല്ലേ."

ഒരുദിവസം ശിവരാമൻ പറഞ്ഞു: "തമ്പീ, എനിക്കൊട്ടും പിടികിട്ടാത്തത് 'അങ്കഗണിതമാണ്.' മാനമിതിയാണ് തീരെ മനസിലാകാത്തത്."

മാനമിതിയെന്നാൽ 'മെൻഷുറേഷൻ' ആണ്. വസ്തുക്കളുടെ വ്യാപ്തവും ഉപരിതലവിസ്തീർണവും മറ്റും കണ്ടുപിടിക്കുന്ന വിഷയമാണിത്. ഗോളസ്തംഭം (Cylinder) സൂച്യാകൃതിയിലുള്ള ഘനവസ്തു (Cone) ഗോളം (Sphere) തുടങ്ങിയവ ഇതിൽപ്പെടും. അടിസ്ഥാനം മന

സിലാക്കിയാൽ വളരെവേഗം പഠിച്ചെടുക്കാവുന്ന വിഷയമാണ്. ഫോർമുല കാണാതെ പഠിക്കുകയും സൂക്ഷ്മമായി ചോദ്യം മനസിലാക്കുകയും ചെയ്യണമെന്നു മാത്രം. വൃത്തത്തിൽ തുടങ്ങി ഗോളസ്തംഭത്തിന്റെ വ്യാപ്തംവരെയുള്ള ഭാഗങ്ങൾ ഞാൻ ശിവരാമനു കുറേശ്ശെകുറേശ്ശെയായി പറഞ്ഞുകൊടുത്തു. എത്ര പ്രാവശ്യം പറഞ്ഞാലും ശിവരാമന്റെ തലയിൽ കയറില്ല. എന്റെ ക്ഷമയുടെ നെല്ലിപ്പലകയും തകർന്നു. സഹികെട്ട് ഞാൻ പറഞ്ഞു: "അങ്കഗണിതത്തിൽ ഈ ജന്മം നീ ജയിക്കാൻ പോണില്ല." ദൈന്യതയോടെ ശിവരാമൻ മുഖമുയർത്തി. അവന്റെ കണ്ണുകൾ നിറഞ്ഞു. "തമ്പീ നീയും എന്നോടു ദേഷ്യപ്പെടുവാണോ?"

ആ ചോദ്യം എന്നെ തളർത്തി. മൃദുവായ സ്വരത്തിൽ അവൻ പറഞ്ഞു: "എന്റെ ക്വഥനാങ്കം ശരിയായില്ലേ. നീയൊന്ന് ക്ഷമിക്ക്. ഇതും ശരിയാകും."

ഒരു വിട്ടുവീഴ്ചയെന്ന മട്ടിൽ ഞാൻ പറഞ്ഞു: "ഞാൻ രണ്ടു കണക്കുതരും. നാളെ അതു ശരിയായി ചെയ്തുകൊണ്ടുവരണം. ഇതും കൂടി തെറ്റിച്ചാൽ പിന്നെ നീ എന്നോടൊരു സംശയവും ചോദിക്കരുത്."

വിഷണ്ണനായി, പരാജിതനായി ശിവരാമൻ നടന്നുപോകുന്നതു ഞാൻ നോക്കി നിന്നു.

അടുത്തദിവസം ശിവരാമൻ ക്ലാസിൽ വന്നില്ല. അതിനടുത്ത ദിവസവും അവ്യക്തമായ ഒരു വേദന. കുറ്റബോധം എന്നെ അലട്ടാൻ തുടങ്ങി. ശിവരാമന്റെ അമ്മാവനും സഹപാഠിയുമായ രാജപ്പനോടു ഞാൻ ചോദിച്ചു: "ശിവരാമനെന്താ വരാത്തത്?"

"സുഖമില്ല. പനിയാണെന്നു തോന്നുന്നു." അലസമായി അവൻ മറുപടി പറഞ്ഞു. ആഴ്ച ഒന്നു കഴിഞ്ഞു. രണ്ടു കഴിഞ്ഞു. ശിവരാമനെ കാണാനില്ല. രാജപ്പനെ പിടിച്ചു കുലുക്കിക്കൊണ്ട് ഞാൻ ചോദിച്ചു:

"എടാ, രാജപ്പാ.. ശിവരാമനെന്താ പറ്റിയത്? സത്യം പറ" രാജപ്പന്റെ മുഖം വിവർണമായി. അവൻ പറഞ്ഞു: "സൂക്കേട് കൂടുതലാ. പനിയാണെന്നാ ആദ്യം വിചാരിച്ചത്. കണിയാരുവന്നു മരുന്നുകൊടുത്തു. കുറഞ്ഞില്ല. ഇപ്പം പറയുന്നു, മഞ്ഞപ്പിത്തമാണെന്ന്. ദേഹമെല്ലാം മഞ്ഞിച്ചു."

ഞാൻ ഞെട്ടിപ്പോയി. ഞങ്ങൾ മഞ്ഞപ്പിത്തത്തിനു ചികിത്സിക്കുന്നവരാണല്ലോ. എന്റെ അമ്മ കൊടുക്കുന്ന പച്ചമരുന്ന് (വെളുത്താവണക്കിന്റെ ഇലയും ജീരകവും വെള്ളം തൊടാതെ അരച്ചെടുത്തത്) മൂന്നു ദിവസം കഴിച്ച് പഥ്യമിരുന്നാൽ ഒരാഴ്ചകൊണ്ടു മാറുന്ന രോഗം. ഞാൻ വീട്ടിലേക്കോടി. അമ്മയോടു കാര്യം പറഞ്ഞു,

"അമ്മ എങ്ങനെയെങ്കിലും ശിവരാമനെ രക്ഷിക്കണം."

അനുഭവസമ്പന്നയായ അമ്മ എന്നെ മാറോടണച്ചു പറഞ്ഞു: "ശരീരവും ഉടുത്തിരിക്കുന്ന വസ്ത്രവും മഞ്ഞനിറമായിട്ടുണ്ടെങ്കിൽ നമ്മുടെ മരുന്നും ഫലിക്കത്തില്ല മക്കളേ."

ഹരിപ്പാട്ട് ബോയ്സ് ഹൈസ്കൂൾ ഫിഫ്ത്ത് ഫോറം ബി ഡിവിഷനിലെ കുട്ടികൾ ഒന്നടങ്കം അവരുടെ കൂട്ടുകാരൻ ശിവരാമനെ കാണാൻ

പോയി. തന്റെ കൊച്ചുവീട്ടിലെ ചെറിയ അകത്തളത്തിൽ മഞ്ഞനിറം വാരിയണിഞ്ഞ് അവൻ മലർന്നു കിടന്നിരുന്നു. അതുവരെ അവനെ പരിഹസിച്ചിരുന്നവരെല്ലാം അലമുറയിട്ടു കരഞ്ഞു. മഞ്ഞനിറമണിഞ്ഞ പുതിയ ദൈന്യത ശിവരാമന്റെ മുഖത്തെ അലങ്കരിച്ചിരുന്നു. ഞങ്ങൾ വരിയായി അവനെ ചുറ്റി വന്നു. ശവശരീരങ്ങളെപ്പോലെ മടങ്ങി.

ഒപ്പം പഠിച്ച ഉറ്റ മിത്രങ്ങളെപ്പോലും ഞാൻ മറന്നു. പക്ഷേ, ശിവരാമൻ ഇപ്പോഴും എന്നിൽ ജീവിക്കുന്നു. മാനമിതിയിൽ അവൻ തോറ്റുപോയി. എന്നാൽ ജീവിതം എന്ന അങ്കഗണിതത്തിൽ അവൻ എന്നെ തോൽപ്പിച്ചു.

പപ്പനാവന്റെ ചെണ്ടയും ശർക്കര മിഠായിയും

ഞാൻ രണ്ടാം ക്ലാസിലെത്തിയപ്പോൾ കൊച്ചേട്ടൻ നാലാം ക്ലാസിലായിരുന്നു. പത്മനാഭൻ അന്ന് കൊച്ചേട്ടന്റെ സഹപാഠിയായിരുന്നു. എന്തുകൊണ്ടോ പത്മനാഭനെ എല്ലാവരും 'പപ്പനാവൻ' എന്നാണ് വിളിച്ചിരുന്നത്. അധ്യാപകർപോലും ജാതിപരമായ ഉച്ചനീചത്വങ്ങളിലും സാമ്പത്തികമായ ഉയർച്ചതാഴ്ചകളിലും വിശ്വസിച്ചിരുന്ന കാലമായിരുന്നു അതെന്നോർക്കുമ്പോൾ ലജ്ജ തോന്നുന്നു. ഞങ്ങൾ കൂട്ടുകാർ തമ്മിൽ വഴക്കിടുമ്പോൾ പരസ്പരം ജാതിപ്പേരു പറഞ്ഞ് കളിയാക്കിയിരുന്നു. അധ്യാപകർ പപ്പനാവനെ ചായയും സിഗരറ്റും മറ്റും വാങ്ങാൻ അയയ്ക്കുമായിരുന്നു. അങ്ങനെ മിക്കവാറും എല്ലാ ക്ലാസുകളിലും തോറ്റു തോറ്റായിരുന്നു പപ്പനാവന്റെ വിദ്യാഭ്യാസയാത്ര. ഞാൻ അഞ്ചാം ക്ലാസിലെത്തിയപ്പോൾ പപ്പനാവനും അഞ്ചിൽ തന്നെയുണ്ടായിരുന്നു. അതോ, അപ്പോഴും നാലിൽത്തന്നെ കുടുങ്ങിക്കിടക്കുകയായിരുന്നോ എന്നും സംശയമുണ്ട്. ഏതായാലും അധികം താമസിയാതെ പപ്പനാവൻ പഠിത്തം നിറുത്തി. സതീർഥ്യരെയും അവരുടെ അനുജന്മാരെയുമെല്ലാം അത്ഭുതപരതന്ത്രനാക്കിക്കൊണ്ട് ഹരിപ്പാട്ട് പെൺപള്ളിക്കൂടത്തിനു മുമ്പിലുള്ള റോഡരികിൽ പപ്പനാവൻ ഒരു വ്യാപാരിയായി പ്രത്യക്ഷപ്പെട്ടു.

വിദ്യാർഥികൾക്ക് ഏറ്റവും പ്രിയങ്കരമായ രണ്ടു പദാർഥങ്ങളാണ് പപ്പനാവൻ വിൽപ്പനയ്ക്കു വെച്ചിരുന്നത്. കപ്പലണ്ടിയും ശർക്കരമിഠായിയും വറുത്ത തോടുകളയാത്ത കപ്പലണ്ടിയും മാത്രമേ അന്ന് വഴിയോരങ്ങളിൽ കിട്ടുമായിരുന്നുള്ളൂ. കപ്പലണ്ടി തോടുകളഞ്ഞും മസാല ചേർത്തും പാക്കറ്റുകളാക്കി വിൽക്കുന്ന കാര്യം അന്ന് ഞങ്ങളുടെ സങ്കൽപ്പങ്ങളിൽപോലും ഉണ്ടായിരുന്നില്ല. ശർക്കരമിഠായിയുടെ രുചിയോർത്താൽ ഇന്നും നാവിൽ വെള്ളമൂറും. മധ്യതിരുവിതാംകൂറിൽ മാത്രം സുലഭമായി കിട്ടുന്ന പതിയൻ ശർക്കര (ദ്രാവക രൂപത്തിലുള്ള വെല്ലം)

ഉപയോഗിച്ചാണ് ശർക്കര മിഠായി ഉണ്ടാക്കുന്നത്. ശർക്കര തിളപ്പിച്ച് (പാവുകാച്ചുക) അതിൽ ചുക്കും ജീരകവും ഏലക്കയും മറ്റും ചേർത്ത് തണുപ്പിച്ച് അരയിഞ്ചു കനത്തിൽ നീളമുള്ള കഷണങ്ങളാക്കുന്നു. വറുത്ത അരിപ്പൊടിയോ ഗോതമ്പുപൊടിയോ പാത്രത്തിൽ വച്ച് അതിനുള്ളിലാണ് മിഠായി സൂക്ഷിക്കുക (ചിലപ്പോൾ വലിയ വളയങ്ങളുടെ രൂപത്തിലായിരിക്കും). ഉച്ചവെയിലിൽ ശർക്കര മിഠായി ഉരുകാതിരിക്കാനും ഈച്ചകൾ അധികം വരാതിരിക്കാനും ധാന്യപ്പൊടി സഹായിക്കും. 'ചാൺ', 'മുഴം' എന്നീ അളവുകളാണ് ശർക്കരമിഠായിയുടെ വിൽപ്പനയിൽ പപ്പനാവൻ പ്രയോഗിച്ചിരുന്നത്.

വലതു കൈത്തലം നിവർത്തുമ്പോൾ തള്ളവിരലിന്റെയും ചൂണ്ടുവിരലിന്റെയും അഗ്രങ്ങൾ വലിച്ചു പിടിച്ചാൽ കിട്ടുന്ന അകലമാണ് ഒരു ചാൺ. കൈത്തലം നിവർത്തിപ്പിടിച്ചാൽ ചൂണ്ടുവിരൽ മുതൽ കൈമുട്ടുവരെയുള്ള അകമാണ് ഒരു മുഴം.

ഒരണ (രൂപയുടെ പതിനാറിലൊരംശം) കൊടുത്താൽ രണ്ടുമുഴം നീളത്തിൽ ശർക്കരമിഠായി കിട്ടും. അച്ഛനമ്മമാർ അറിഞ്ഞും അറിയാതെയും ക്ലാസിൽ കാശുമായി വരുന്ന കുട്ടികൾ പപ്പനാവനു ചുറ്റും ഒരു വൃത്തം സൃഷ്ടിക്കും. പപ്പനാവൻ അതിന്റെ കേന്ദ്രമാകും. എന്നെപ്പോലുള്ളവർ കൊതിയോടെ നോക്കിനിൽക്കും. വഴിക്കടകളിൽ നിന്നോ ചായക്കടകളിൽ നിന്നോ ഭക്ഷണപദാർഥങ്ങൾ വാങ്ങിക്കഴിച്ചാൽ കുലീനത്വം നഷ്ടമാകുമെന്നാണ് അമ്മ ഞങ്ങളെ പഠിപ്പിച്ചിരുന്നത്. പക്ഷേ, ശർക്കരമിഠായിയുടെ ഗന്ധവും കപ്പലണ്ടിയുടെ സ്വാദും കുലീനത്വത്തോടു പോരാടിക്കൊണ്ടിരുന്നു. കപ്പലണ്ടിയും ശർക്കരമിഠായിയും തിന്നാൽ വയറുകടി വരും എന്ന മുന്നറിയിപ്പു സൃഷ്ടിച്ച ഭയവും എന്നെ നിത്യേന അലട്ടി. മനസു നിറഞ്ഞു തുളുമ്പുന്ന ദിവസങ്ങളിൽ അമ്മ ഒരു ചക്രമോ (രൂപയുടെ എട്ടിലൊരംശം) അരയണയോ തരും. "ഇതുകൊണ്ട് നാരങ്ങാമിഠായി മാത്രമേ വാങ്ങാവൂ. കിഴക്കേനടയിലെ പാക്കരപിള്ളേടെ കടേന്നു മാത്രമേ മേടിക്കാവൂ-" എന്ന നിബന്ധനയും വെയ്ക്കും. പാക്കരപിള്ള ഭാസ്കരപിള്ളയാണ്. സുബ്രഹ്മണ്യക്ഷേത്രത്തിൽ കിഴക്കേനടയിൽ ത്രിമധുരക്കട നടത്തിയിരുന്ന ആളാണദ്ദേഹം. ക്ഷേത്രത്തിലെ വഴിപാടിനുള്ള ത്രിമധുരം, കർപ്പൂരം, ചന്ദനത്തിരി തുടങ്ങിയവയോടൊപ്പം നാരങ്ങാമിഠായി, കടുകുമിഠായി, ജീരകമിഠായി, ഗ്യാസ് മിഠായി (മിന്റ്) തുടങ്ങിയ വില കുറഞ്ഞ മിഠായികളും ആ കടയിലുണ്ടായിരുന്നു. ഭാസ്കരപിള്ളയുടെ അമ്മാവൻ ശങ്കുച്ചാർ പണ്ട് ഞങ്ങളുടെ കുടുംബത്തിലെ കാര്യസ്ഥനായിരുന്നതുകൊണ്ടാണ് അമ്മ ഇങ്ങനെ പറയുന്നത്. പക്ഷേ, പപ്പനാവൻ കേന്ദ്രമായുള്ള വൃത്തപരിധിക്കുള്ളിൽ കടക്കാൻ ശർക്കരമിഠായിയുടെ സ്വാദ് എന്നെ പിടിച്ചു വലിക്കുകതന്നെ ചെയ്തു.

ഞങ്ങളുടെ തറവാട്ടിൽ അമ്മയൊഴികെയുള്ള മിക്കവാറും എല്ലാ സ്ത്രീകൾക്കും വെറ്റില മുറുക്കുന്ന സ്വഭാവമുണ്ടായിരുന്നു. അമ്മയ്ക്ക് 'മുറുക്കി' നോടു വെറുപ്പായിരുന്നതുകൊണ്ട് പുരയിടത്തിലെ കമുകുക

ളിൽ നിന്നു കിട്ടുന്ന പാക്ക് (അടയ്ക്ക) വിൽക്കുകയായിരുന്നു പതിവ്. അടർന്നു വീഴുന്ന പാക്കുകൾ പെറുക്കിയെടുക്കുന്ന കൂട്ടത്തിൽ ഒരെണ്ണം ഞാൻ നിക്കറിന്റെ കീശയിലാക്കും. അതു ഭാസ്കരപിള്ളയുടെ കടയിൽ കൊടുത്ത് ഒരു ചക്രം വാങ്ങും. ഒരു ചക്രത്തിന് പപ്പനാവൻ ഒരു മുഴം ശർക്കര മിഠായി തരും. ഞാനും അടുത്ത കൂട്ടുകാരും ചേർന്ന് അതു പങ്കിട്ടു കഴിക്കും. മിഠായി തീർന്നു കഴിയുമ്പോൾ ക്ഷയിച്ചുകൊണ്ടിരിക്കുന്ന കുലീനത്വത്തെക്കുറിച്ചുള്ള കുറ്റബോധം മനസിൽ നീറ്റലുണ്ടാക്കും. ഒരുദിവസം അടയ്ക്കാ മോഷ്ടാവ് തൊണ്ടി സഹിതം പിടിയിലായി. "വിധിവിഹിതമേവനും ലംഘിച്ചു കൂടുമോ?" എന്നല്ലേ ചൊല്ല്. അമിതാഹ്ലാദത്തോടെ വരാന്തയിൽനിന്നു മുറ്റത്തേക്കു ചാടിയ എന്റെ നിക്കറിന്റെ കീശയിൽനിന്ന് തുടുതുടുത്ത ഒരു പഴുത്ത പാക്ക് മുമ്പേ ചാടി. മകനെ വാത്സല്യപൂർവം സ്കൂളിലേക്കു യാത്രയയ്ക്കാൻ വന്ന ഭവാനിയമ്മത്തങ്കച്ചി സംഹാരരുദ്രയായി മാറി. മുറ്റത്തെ പൂവരശിന്റെ ചില്ലയൊടിച്ച് അടിയോടടി. അതോടെ എന്റെ പാക്കു കച്ചവടം നിലച്ചു. ദീപാരാധന തൊഴാൻ പോകുന്നവഴി എന്റെ പങ്കുകച്ചവടക്കാരനായ ഭാസ്കരപിള്ളയ്ക്കും നന്നായി കിട്ടി അമ്മയുടെ വക ശകാര വർഷം.

സ്കൂളിലെ ഇടവേളസമയത്ത് റോഡരികിൽ നിസ്സഹായനായി നിൽക്കുന്ന എന്നെ ഒരുദിവസം പപ്പനാവൻ തന്റെയരികിലേക്കു വിളിച്ചു.

"എന്താ കുഞ്ഞേ, കയ്യിൽ കാശില്ലേ..."

"ഇല്ല. ഇനിയെനിക്കു മിഠായി വേണ്ട. അമ്മയറിഞ്ഞാൽ തല്ലും."

പപ്പനാവന്റെ മുഖത്ത് കാരുണ്യം വിടർന്നു. 'സാരമില്ല. ഇതു കുഞ്ഞു തിന്നാട്ടെ."

ഒരു ചാൺ ശർക്കര മിഠായി മുറിച്ചു നീട്ടി പപ്പനാവൻ പറഞ്ഞു:

"കുഞ്ഞിതിനു കാശു തരണ്ട."

"എനിക്കു വെറുതെ വേണ്ട."

"എങ്കിൽ ശരി. കടമായി കരുതിക്കോ. കുഞ്ഞിന്റെ കയ്യിൽ കാശു കിട്ടുമ്പം തന്നാ മതി."

അങ്ങനെ ജീവിതത്തിൽ ആദ്യമായി ഞാൻ ഒരാളിന്റെ മുമ്പിൽ കടക്കാരനായി. മനസിൽ കാരുണ്യമുള്ള ഏതു കച്ചവടക്കാരനും കച്ചവടത്തിൽ പരാജയപ്പെടും. പപ്പനാവന്റെ കച്ചവടം പൊളിഞ്ഞു. അയാളെ കാണാതായി.

ഹരിപ്പാട് വൃന്ദാവൻ ടാക്കീസിൽ പ്രദർശിപ്പിക്കുന്ന പരസ്യബോർഡുമായി നീങ്ങുന്ന ഉന്തുവണ്ടി വലിച്ചുകൊണ്ട് അതാ പപ്പനാവൻ നടന്നു വരുന്നു. അത്ഭുതം നിയന്ത്രിച്ച് ഞാൻ നോട്ടീസിനായി വണ്ടിയുടെ പിന്നാലെ ഓടി. എന്നെകണ്ട് പപ്പനാവൻ വിടർന്ന ചിരിചിരിച്ചു.... രണ്ടു മാസം കഴിഞ്ഞപ്പോൾ തിയേറ്റർ പരസ്യവുമായി നീങ്ങുന്ന ഉന്തുവണ്ടിയുടെ മുമ്പിൽ ചെണ്ട കൊട്ടി നീങ്ങുന്ന പപ്പനാവനെയാണ് കണ്ടത്. ആരാണ് പപ്പനാവനെ ചെണ്ടകൊട്ടാൻ പഠിപ്പിച്ചത്? എന്തായാലും വണ്ടി

വലിക്കുന്ന ജോലിയിൽനിന്ന് ചെണ്ടകൊട്ടുന്ന ജോലിയിലേക്ക് എന്റെ സ്നേഹിതന് പ്രമോഷൻ കിട്ടിയതിൽ ഞാൻ ആഹ്ലാദിച്ചു.

സംവത്സരങ്ങൾ ബന്ധങ്ങൾ തകർത്ത് കടന്നുപോയി. ഹരിപ്പാട്ടെ വൃന്ദാവൻ ടാക്കീസ് തകർന്നു. ആ സ്ഥലം കുറെക്കാലം മരിച്ചീനി വിളയായി. പിന്നെ അവിടെ ഒരു കെട്ടിടമുയർന്നു. ഹരിപ്പാട്ട് ഗ്രാമത്തിലെ ഇടവഴികളിൽനിന്ന് ഞാൻ മദിരാശി നഗരത്തിലെ രാജവീഥികളിലെത്തി. സിനിമ കാണാൻ പണമില്ലാതെ തിയേറ്ററിനു മുമ്പിലെ പോസ്റ്ററുകളിൽ കൊതിയോടെ നോക്കിനിന്നു നെടുവീർപ്പിട്ടിരുന്ന ഞാൻ മുപ്പത്തിമൂന്നാം വയസിൽ സ്വന്തമായി സിനിമ നിർമിച്ചു, സംവിധാനം ചെയ്തു. പിന്നെ എത്രയെത്ര പടങ്ങൾ. വിജയത്തിന്റെ മധുരവും പരാജയത്തിന്റെ കയ്പ്പും മാറിമാറി അനുഭവിച്ചു. പക്ഷേ, എന്നും ഭൂമിയിൽ കാലുറച്ചു തന്നെ നിന്നു.

ഒരുദിവസം ഹരിപ്പാട്ടു ക്ഷേത്രത്തിൽ തൊഴാൻ ചെന്നപ്പോൾ ശ്രീകോവിലിനുമുമ്പിൽ കാവി മുണ്ടുടുത്ത ഒരു മധ്യവയസ്കൻ നിൽക്കുന്നതു കണ്ടു. ഞാൻ തൊഴുതു മടങ്ങുമ്പോൾ അയാൾ ബഹുമാനപൂർവം പിന്നിലേക്കു മാറി - ഒരു നിമിഷം! ഒന്നുകൂടി ആ മുഖത്തുറ്റു നോക്കിയപ്പോൾ ഞാൻ എന്റെ ബാല്യത്തിലേക്കു മടങ്ങി.

"പപ്പനാവനല്ലേ?"

"ആന്നേ" പപ്പനാവൻ ഒരടികൂടി പിന്നിലേക്കു പോയി. അടുത്ത് ചെന്ന് ആ മെലിഞ്ഞ ശരീരത്തെ ആലിംഗനം ചെയ്ത് ഞാൻ പറഞ്ഞു:

"എന്നെ കണ്ടാൽ ഇയാൾ പിന്നോട്ടാണോ പോകേണ്ടത്?"

പപ്പനാവൻ ഒന്നും പറയാതെ ചിരിച്ചു. "എന്താണിങ്ങനെ? ഈ കാവി വേഷം?" ഞാൻ ചോദിച്ചു. നിസ്സംഗനെപ്പോലെ പപ്പനാവൻ പറഞ്ഞു: "അമ്പലത്തിൽ തന്നെയാണ് ഞാൻ കഴിയുന്നത്. കല്യാണം കഴിച്ചിട്ടില്ല. വേണ്ടെന്നു വച്ചു. അതുകൊണ്ട് പ്രാരാബ്ധമൊന്നുമില്ല.... അതുകൊണ്ട് ഒറ്റയ്ക്കിങ്ങനെ ..." ദൈവത്തിനു കൊടുക്കുന്നതുപോലെ പപ്പനാവനു ദക്ഷിണ കൊടുത്ത് ഞാൻ മടങ്ങി. പിന്നീട് ഹരിപ്പാടു പോകുമ്പോഴെല്ലാം ആ സന്ദർശനം തുടർന്നു.

കഴിഞ്ഞവർഷം ക്ഷേത്രദർശനത്തിനെത്തിയപ്പോൾ ചുറ്റമ്പലത്തിലും അകത്തും പപ്പനാവനെ കണ്ടില്ല. എന്റെ അയൽക്കാരനും കൂട്ടുകാരനുമായ ചെമ്പകത്ത് ഗോപാലനുണ്ണിയോട് ഞാൻ ചോദിച്ചു: "പപ്പനാവനെവിടെ?" "തമ്പിയറിഞ്ഞില്ലേ. പപ്പനാവൻ കിടപ്പിലാണ്. ശരീരത്തിന്റെ ഒരു വശത്തിനു സ്വാധീനമില്ലാതായി, ഇപ്പോൾ സഹോദരിയുടെ വീട്ടിലാണ്."

ഹൈവേയിൽ ഒരു ചെറിയ വീടിനു മുമ്പിൽ എന്റെ കാർ നിർത്തിയപ്പോൾ അത്ഭുതത്തോടെ അയൽക്കാരെല്ലാം ഇറങ്ങി ശ്രദ്ധിച്ചു. എന്റെ മുഖം കണ്ടതും അത്ഭുതവും ആദരവും വാത്സല്യവും പപ്പനാവന്റെ മുഖത്ത് ഇളകി മറിഞ്ഞു. സ്വാധീനക്കുറവുള്ള ആ ശരീരം തലോടി കുറ

ച്ചുനേരം ഞാൻ പപ്പനാവന്റെ അടുത്തിരുന്നു. ഏതാനും നോട്ടുകൾ ആ കൈകളിൽ വെച്ചുകൊടുത്തിട്ട് ഞാൻ മനസിൽ പറഞ്ഞു:

'ഇതു ദാനമോ സഹായധനമോ അല്ല പപ്പനാവാ. ആ പഴയ ശർക്കരമിഠായിയുടെ വിലയാണ്."

പപ്പനാവന്റെ കണ്ണുകൾ നിറഞ്ഞൊഴുകി.

കാറിൽ കയറിയപ്പോൾ എന്റെ കാതുകളിൽ ആ പഴയ ചെണ്ടയുടെ നാദം അലയടിച്ചു. നാവിൽ ഇനിയൊരിക്കലും തിന്നാനിടയില്ലാത്ത ആ നാടൻ ശർക്കരമിഠായിയുടെ രുചിയും പടർന്നലിഞ്ഞു.

ചെമ്പകത്തു കാവിലെ കണ്ണുപൊട്ടിപ്പൂക്കൾ

"കാവിനകത്തു കയറരുത്. അറിഞ്ഞോ അറിയാതെയോ കാൽ പാദം ചിത്രകൂടത്തിൽ തട്ടിയാൽ സർപ്പകോപമുണ്ടാകും" അമ്മ പറയുമായിരുന്നു. പാമ്പുകളെ എനിക്കു ഭയമായിരുന്നു, പ്രത്യേകിച്ചും പത്തി വിടർത്തിയാടുന്ന വിഷസർപ്പങ്ങളെ. എങ്കിലും കാവുകളിലെ കിളികളുടെ പാട്ടും പാമ്പുകളെ അനുകരിച്ച് വളഞ്ഞു പുളഞ്ഞു വരുന്ന വള്ളിക്കൂട്ടങ്ങളും വിവിധ വർണങ്ങളിലുള്ള പൂക്കളും എന്നെ ആകർഷിച്ചു. പാമ്പിന്റെ ശത്രുവാണ് ഗരുഡൻ. അതുകൊണ്ടാണ് വിഷഹാരിയായ വല്യമ്മാവൻ ഗരുഡനെ സേവിക്കുന്നത്. ഗരുഡസേവ ചെയ്യുന്ന ധർമിഷ്ഠനായ വിഷഹാരിയെയോ അദ്ദേഹത്തിന്റെ തറവാട്ടിൽപ്പെട്ടവരെയോ സർപ്പം തീണ്ടുകയില്ല. സർപ്പം സത്യമുള്ള ജീവിയാണ്. ഇങ്ങനെയൊക്കെ അമ്മയും വല്യമ്മമാരും എന്നെ പഠിപ്പിച്ചിരുന്നു. ഞങ്ങളുടെ പുരയിടത്തിൽ പലപ്പോഴും വിഷപ്പാമ്പുകൾ പ്രത്യക്ഷപ്പെടും. ചില ദിവസങ്ങളിൽ അറ തുറക്കുമ്പോൾ പത്തായത്തിനു മുമ്പിൽ പത്തി വിടർത്തി ഒരാളിരിക്കുന്നതുകാണാം. മൂന്ന് അറകൾക്കു താഴെയുള്ള നിലവറയിൽ ചില പാമ്പുകൾ സ്ഥിരവാസമനുഷ്ഠിച്ചിരുന്നു. നിലവറയിൽ വിത്തുതേങ്ങയും പഴയ സാധനങ്ങളും മറ്റും സൂക്ഷിച്ചിരിക്കും. അവയ്ക്കിടയിൽ അവ സുഖമായി ഒളിച്ചു താമസിക്കും. പാമ്പുകളെ ഉപദ്രവിക്കാൻ അമ്മ ഞങ്ങളെ അനുവദിച്ചിരുന്നില്ല. പത്തായത്തിന്റെ പുറത്തു പ്രത്യക്ഷപ്പെടുന്ന 'മാന്യൻ' ഏറെനേരം അവിടെതന്നെയിരുന്നാൽ അമ്മ കൈകൂപ്പി തൊഴുതു പറയും: "എന്തിനാ കുട്ടികളെ പേടിപ്പിക്കുന്നത്. തിരിച്ചു നിലവറയിലേക്കോ കാവിലേക്കോ പോയിക്കൂടേ?"

അത്ഭുതമെന്നു പറയട്ടെ- തലയൊരുവട്ടം കൂടി ഉയർത്തിയിട്ട് പാമ്പ് ഇഴഞ്ഞുപൊയ്ക്കൊള്ളും. ഞങ്ങളുടെ വീട്ടിലും ചുറ്റുവട്ടത്തും എത്ര

യെത്ര പാമ്പുകൾ പ്രത്യക്ഷപ്പെട്ടിരിക്കുന്നു. ഒരെണ്ണത്തിനെപ്പോലും ഞങ്ങൾ ഉപദ്രവിച്ചിട്ടില്ല. അവ ഞങ്ങളെ കടിച്ചതുമില്ല. പാമ്പും പഴുതാരയും നായയും പൂച്ചയും എലികളും പാറ്റകളും പല്ലികളും പഴയ തറവാടുകളിലും ചുറ്റുവട്ടങ്ങളിലും സഹവർത്തിത്വത്തിൽ വിശ്വസിച്ചു ജീവിച്ചു. പരിസ്ഥിതി സംരക്ഷണ പ്രഭാഷണങ്ങളൊന്നും അന്നു കേട്ടിരുന്നില്ല. എന്നാൽ പരിസ്ഥിതി യഥാവിധി സംരക്ഷിക്കപ്പെട്ടിരുന്നു. തറവാട്ടിന്റെ സ്വന്തം കാവുകളായ പൂന്നൂർ കാവിനെക്കാളും എനിക്കിഷ്ടം ചെമ്പകത്തുകാവിനോടായിരുന്നു. പുന്നൂർകാവിന്റെ പ്രധാന ആകർഷണ ഘടകം അതിനുള്ളിലെ സമൃദ്ധമായ മഞ്ഞ മുളങ്കൂട്ടമായിരുന്നു. എന്നാൽ ചെമ്പകത്തുകാവ് എന്നും വൈവിധ്യത്തിന്റെ ഭംഗി വിളംബരം ചെയ്തു. ഞാൻ ജനിച്ചു വളർന്ന കരുമ്പാലേത്തു വീട്ടിനു തൊട്ടു വടക്കുള്ള പുരയിടം ചെമ്പകത്തുമഠം വകയായിരുന്നു. മഠത്തിനു കിഴക്കുവടക്കായി സ്ഥിതിചെയ്തിരുന്ന കാവിന്റെ അതിരുകളിൽ ധാരാളമായി വിടർന്നു നിന്നിരുന്ന പ്രത്യേകതരം പൂക്കളെ എന്തുകൊണ്ടോ ഞാൻ സ്നേഹിച്ചു. ചരടുപോലെ മെലിഞ്ഞു നീണ്ട ഇതളുകളുള്ള പൂവ്. മണമില്ല - അവ പെട്ടെന്നു വാടുകയുമില്ല. ആർക്കും വേണ്ടാത്ത ആ പൂക്കളെ ഞാൻ താലോലിക്കുന്നതു കണ്ട് കൂട്ടുകാരിയായ സിന്ധി പറഞ്ഞു, “തമ്പീ, ആ പൂവിൽ തൊടരുത്. അതു കണ്ണുപൊട്ടി പൂവാണ്. അതിന്റെ കറ പറ്റിയ വിരൽകൊണ്ട് അറിയാതെങ്ങാനും കണ്ണിൽ തൊട്ടാൽ തമ്പിയുടെ കണ്ണു പൊട്ടിപോകും.” “എത്ര നാളായി ഞാനീ പൂവിൽ തൊടുന്നു. എന്നിട്ട് എന്റെ കണ്ണിനൊന്നും പറ്റിയില്ലല്ലോ” എന്റെ മറുപടി സിന്ധിക്കു ഇഷ്ടമായില്ല. മുഖം വെട്ടിച്ച് അവൾ പറഞ്ഞു:

“അല്ലെങ്കിൽ തമ്പി പറഞ്ഞാൽ അനുസരിക്കത്തില്ല. കണ്ണു പൊട്ടുമ്പം വിവരമറിയും.”

എനിക്കു മറക്കാനാവാത്ത ബാല്യകാല സഖികളാണ് സിന്ധിയും വിലാസിനിയും. സിന്ധിയുടെ ശരിയായ പേര് സന്ധ്യാവതി എന്നാണ്. എന്നെക്കാൾ ഇരുപത്തിയൊമ്പതു ദിവസത്തിന്റെ പ്രായക്കൂടുതലേയുള്ളൂ സിന്ധിക്ക്. വിലാസിനി സിന്ധിയുടെ അനുജത്തിയാണ്. ചെമ്പകത്തുകാവും പുരയിടവും കാവിന്റെ അടുത്തുള്ള വലിയ നാട്ടുമാവിന്റെ ചുവടുമായിരുന്നു ഞങ്ങളുടെ പ്രധാന കളിസ്ഥലങ്ങൾ. ചെമ്പകത്തുമഠത്തിലും തൊട്ടടുത്തുള്ള കളിരേത്തുമഠം, കുളപ്പുറത്തുമഠം എന്നീ വീടുകളിലും ബന്ധുക്കളായ ഉണ്ണിമാരാണു താമസം. അവർ പുഷ്പകരാണ്. ഹരിപ്പാട്ടു സുബ്രഹ്മണ്യസ്വാമി ക്ഷേത്രത്തിലേക്ക് ആവശ്യമായ പൂമാലകൾ കെട്ടുന്ന ‘കഴക’ക്കാരാണവർ. അവരുടെ പൂർവികർ ആയുർവേദത്തിലും നൈപുണ്യമുള്ളവരായിരുന്നു. അവരിലൊരാളാണ് തിരുവനന്തപുരത്തുള്ള വാസുദേവവിലാസം ആയുർവേദ വൈദ്യശാല സ്ഥാപിച്ചത്. അദ്ദേഹം കൊട്ടാരം വൈദ്യനായിരുന്നു.

ചെമ്പകത്തുമഠത്തിലെ മാധവനുണ്ണി ഭേദപ്പെട്ട സ്വത്തുള്ള ജന്മിയായിരുന്നു. കാവിൽ പതിവായി നൂറുംപാലും നിവേദിക്കുന്ന ചടങ്ങ് ആഘോഷമായി നടത്തിയിരുന്നു. മാധവനുണ്ണിയുടെ ഏകമകനായ നാരായണനുണ്ണി എന്റെയും കൊച്ചേട്ടന്റെയും സുഹൃത്താണ്. ചിലപ്പോൾ കളിയിൽ അദ്ദേഹവും ചേരും. ചെമ്പകത്തുമഠത്തിന്റെ തെക്കേ കെട്ടിൽ പുരോഹിതനായ വാധ്യാർ സ്വാമിയാണ് താമസിച്ചിരുന്നത്. സ്വാമിയുടെ മകൻ ശുപ്പാണി (അനന്തസുബ്രഹ്മണ്യ അയ്യർ) എന്റെ ഉറ്റ തോഴൻ. ചെമ്പകത്തുമഠത്തിൽനിന്ന് റേഡിയോ പാടാൻ തുടങ്ങുമ്പോൾ എന്റെ മനസ്സ് കാവിനോടും മാവിനോടും വിടപറഞ്ഞ് സംഗീതത്തിന്റെ മായാലോകത്തിലേക്ക് പോകും. റേഡിയോയുടെ ശബ്ദം നിലയ്ക്കുമ്പോൾ മനസിൽ അപകർഷതാബോധം നേരിയ നൊമ്പരമായി പടരും....

ഒരുദിവസം ഞാൻ അമ്മയോടു പറഞ്ഞു, “നമ്മൾ വല്യ തറവാട്ടുകാരാണെന്നു പറഞ്ഞിട്ടെന്തു കാര്യം? ചെമ്പകത്തു റേഡിയോ ഉണ്ട്. എനിക്കൊരു പാട്ടു കേൾക്കണമെങ്കിൽ അവരുടെ മുറ്റത്തു പോയി നിൽക്കണം.”

അമ്മയ്ക്കു ദേഷ്യം വന്നു, “നിന്റെയൊക്കെ കണ്ണു തെളിച്ചു വിടാനും മൂന്നു നേരം ആഹാരം തരാനും ഞാൻ പെടുന്ന പാട് എനിക്കും വേലായുധസ്വാമിക്കും മാത്രമറിയാം. ലൈറ്റ് കത്തുന്നതിന്റെ കറന്റ് ചാർജ് കൊടുക്കാൻ രൂപയില്ല. പിന്നെയല്ലേ റേഡിയോ-” പക്ഷേ, എന്നെ ആനന്ദസാഗരത്തിലാറാടിച്ചുകൊണ്ട് ഒരു ദിവസം വാവുത്തത്തൻ (വല്യേട്ടൻ) ഒരു മർഫി റേഡിയോയുമായി കയറി വന്നു. പരിചയ സമ്പന്നനായ ഒരു മെക്കാനിക്കിന്റെ ഭാവഹാവാദികളോടെ അദ്ദേഹം അതു പ്രവർത്തിപ്പിക്കുന്നതു ഞാൻ കണ്ടു നിന്നു. അങ്ങനെ ഞങ്ങളുടെ വീട്ടിൽ നിന്നും പാട്ടിന്റെ പുഴയൊഴുകി. ഞാൻ ചെമ്പകത്തുകാവിന്റെ പരിസരങ്ങളിലൂടെ തലയുയർത്തിപ്പിടിച്ചു നടന്നു. ഞാൻ ഗോപാലനുണ്ണി എന്നു വിളിക്കുന്ന ചെമ്പകത്തുമഠത്തിലെ കൂട്ടുകാരൻ ഞങ്ങളുടെ വീട്ടിലേക്കു അസൂയയോടെ നോക്കുന്നുണ്ടോ? ഇല്ല. ആരെയും പുറത്തു കാണുന്നില്ല. ഞാൻ ഓടിപ്പോയി ശുപ്പാമണിയെ വിളിച്ചു.

“ശുപ്പാമണി, ഞങ്ങൾ റേഡിയോ മേടിച്ചു.” എന്റെ ആഹ്ലാദത്തിൽ പങ്കുചേരാതെ ശുപ്പാമണി ഒരു മറു ചോദ്യമാണ് ചോദിച്ചത്.

“തമ്പി ഇന്നലെ സാറിട്ടു തന്ന ഹോംവർക്കു മുഴുവനും ചെയ്തോ?”

വാവുത്തത്തൻ കാണാതെ കിട്ടുന്ന സമയങ്ങളിലെല്ലാം ഞാൻ ആ പാട്ടുപെട്ടിയെ തൊട്ടും തലോടിയും കഴിഞ്ഞു. മുഹമ്മദ് റാഫിയുടെയും ലതാ മങ്കേഷ്കറുടെയും മധുരഗീതങ്ങൾ, “സുഹാനീ രാത് ഢൽ ചുകി, ജൽത്തേ ഹേ ജിസ്കേലിയേ... പി ലീലയുടെയും എ എം രാജായുടെയും തിരുച്ചി ലോകനാഥന്റെയും തമിഴ്പാട്ടുകൾ. ആശയേ അലൈ പോലെ...” ഈ പാട്ടുകളിൽ മക്കൾ ലയിച്ചിരിക്കുമ്പോൾ അച്ഛൻ പറയും, “ഈ കേൾക്കുന്നതു വല്ലതും സംഗീതമാണോ? എം കെ ത്യാഗരാജ

ഭാഗവതരും പി യു ചിന്നപ്പയും ഗാനകോകിലവുമൊക്കെ പാടുന്നതാണ് ശരിയായ പാട്ട്."

സ്കൂൾ അടയ്ക്കുന്നതോടെ മാമ്പഴക്കാലം തുടങ്ങും. എല്ലാവരും മുത്തശ്ശിയുടെ പ്രായമുള്ള വലിയ നാട്ടുമാവിന്റെ ചുവട്ടിൽ കൂടും. തിരുവനന്തപുരത്തുനിന്ന് വാസുദേവ വിലാസത്തിലെ ശാന്തയും ഗോപാലനുണ്ണിയുടെ അച്ഛന്റെ അനന്തരവൾ രാധാമണിയും വരും. ശാന്ത അധികം ഇടപഴകുന്ന സ്വഭാവക്കാരിയല്ല. താൻ ഒരു വലിയ ആളിന്റെ മകളാണെന്ന ബോധം ആ കുട്ടിക്ക് അലങ്കാരമായിരുന്നു. രാധാമണി നല്ലതുപോലെ സംസാരിക്കും. ചിലപ്പോഴൊക്കെ പ്രാണൻ കളഞ്ഞ് ഓടിച്ചെല്ലുന്ന എനിക്ക് കിട്ടാതെ പോകുന്ന മാമ്പഴം ദയാപൂർവം എനിക്കു തരികയും ചെയ്യും. മാങ്ങയുടെ ചുന (ഞെട്ട്) നുള്ളി മുകളിലത്തേക്കെറിഞ്ഞ്,

"കൊച്ചുണ്ണി പോയേച്ചു, വല്യുണ്ണി ഓടി വാ..." എന്ന് ഒരുമിച്ചു പാടും. ചിലപ്പോൾ മുത്തശ്ശി മാവു കനിയും. രണ്ടുമൂന്നു മാമ്പഴം ഒരുമിച്ചു വീഴും. സ്വയംമറന്ന് ഞങ്ങൾ ആർത്തുവിളിക്കുമ്പോൾ സിന്ധിയുടെയും വിലാസിനിയുടെയും അമ്മയുടെ കൊങ്ങിണി ഭാഷയിലുള്ള വിളി ഉയരും.

"അഗോ സിന്ധി, അഗോ വിലാസിനി..." അവർ രണ്ടുപേരും ഓടിപ്പോകും. സിന്ധിയുടെയും വിലാസിനിയുടെയും അനുജനാണ് ശിവൻ. കുട്ടിയായതുകൊണ്ട് ഞങ്ങൾ അയാളെ സംഘത്തിൽ ചേർത്തില്ല. ശിവനെ ഞങ്ങൾ 'കൊച്ചു മുതലാളി' എന്നു വിളിച്ചു.

ഹൈസ്കൂളിലെത്തിയതോടെ പെൺകുട്ടികൾ സംഘത്തിൽനിന്നും പിരിഞ്ഞു. ഞങ്ങൾ ക്രമേണ അകന്നു.

സിന്ധി എന്ന സന്ധ്യാവതിയും വിലാസിനിയും ഗവൺമെന്റ് ഉദ്യോഗസ്ഥകളായി. സന്ധ്യാവതി കേരളാ ന്യൂട്രിഷൻ ഓഫീസറുടെ പദവിയിലെത്തി. ആലപ്പുഴ സനാതന ധർമ്മ കോളേജിൽ പ്രീ യൂണിവേഴ്സിറ്റി ക്ലാസ്സിൽ എന്നെ ഫിസിക്സ് പഠിപ്പിച്ച ഷേണായി സാറിന്റെ മകനാണ് സന്ധ്യാവതിയുടെ ഭർത്താവെന്നറിഞ്ഞപ്പോൾ സന്തോഷം തോന്നി. ഭർതൃസമേതം സന്ധ്യാവതി എന്റെ മകളുടെ വിവാഹത്തിൽ സംബന്ധിച്ചു. ഒറ്റ നോട്ടത്തിൽ എനിക്ക് ആളെ മനസിലായില്ല- പട്ടത്തുള്ള അവരുടെ വീടു സന്ദർശിക്കാമെന്നു ഞാൻ വാക്കു കൊടുത്തു. പാലിക്കപ്പെടാത്ത എന്റെ വാഗ്ദാനങ്ങളിൽ മറ്റൊരെണ്ണംകൂടി. എന്നെ അതിഥിയായി സ്വീകരിക്കാൻ എന്റെ പഴയ സിന്ധി - വളർന്ന സന്ധ്യാവതി - കാത്തു നിന്നില്ല. ക്ഷണിക്കാതെ വന്ന ക്യാൻസർ രോഗം സിന്ധിയെ കീഴടക്കി.

ചെമ്പകത്തുകാവ് ഇന്നില്ല. മുത്തശ്ശി മാവും ഇല്ല. ഗോപാലനുണ്ണി കാവു വെട്ടിപ്പൊളിച്ച സ്ഥലത്ത് ചിത്രകൂടങ്ങൾ സ്ഥാപിച്ചിട്ടുണ്ട്, സർപ്പശാപം വരാതിരിക്കാൻ.

ഞാൻ ജനിച്ച നാലുകെട്ടും ഇന്നില്ല. എന്റെ പൂർവികർ അലിഞ്ഞു ചേർന്ന ആ മണ്ണ് ഇന്ന് അന്യമാണ്.

കഴിഞ്ഞ ജനുവരിയിൽ ഒരു കവിസമ്മേളനത്തിൽ പങ്കെടുക്കാൻ ഭുവനേശ്വറിൽ പോയിരുന്നു. കലിംഗയുദ്ധം നടന്ന ധൗളിഗിരി എന്ന സ്ഥലം കാണാൻ കാറിൽ പോകുമ്പോൾ എന്റെ പഴയ ചങ്ങാതിക്കൂട്ടത്തെ വഴിയരികിൽ കണ്ടു. വാഹനം നിറുത്തി ഞാൻ അവരുടെ അടുത്തേക്കു ചെന്നു. അ പഴയ കണ്ണുപൊട്ടിപ്പൂക്കൾ. ഞാൻ അവയിലൂടെ വിരലോടിച്ചു. അത്ഭുതം! ഒറീസയിലെ പൂക്കളും എന്നോടു മലയാളത്തിലാണ് സംസാരിച്ചത്- അകലെ നിന്ന് - വർഷങ്ങളുടെ ആഴങ്ങളിൽ നിന്ന് കൊങ്ങിണിഭാഷയിലുള്ള വിളിയും ഞാൻ കേട്ടു- “അഗോ - സിന്ധീ...”

കണ്ണുനീർ ക്യാമറയിലൂടെ ഒരു ലോ ആങ്കിൾ ഷോട്ട്

പതിവുപോലെ അച്ഛന്റെ ഭാര്യവീട്ടിലേക്കുള്ള വരവ് അമ്മയുമായുള്ള വഴക്കിൽ തുടങ്ങി. ഒരാഴ്ച നീണ്ടുനിന്ന ദൃശ്യശ്രാവ്യ വിസ്മയങ്ങൾക്കുശേഷം അച്ഛൻ മടങ്ങിപ്പോകാൻ തീരുമാനിച്ചു. ഫ്യൂജിസിൽക്കിലുള്ള ജുബ്ബയും വെളുവെളുത്ത മച്ചൽ മുണ്ടും ധരിച്ചു പുതിയ ടർക്കി ടവ്വൽ കഴുത്തിൽ ചുറ്റിവെച്ചു. ആ കാലത്ത് പുരുഷന്മാർ നേര്യതും ടവ്വലുമൊക്കെ രണ്ടാംമുണ്ടായി ഉപയോഗിക്കുന്ന പതിവുണ്ടായിരുന്നു. പരസ്പരം സന്ധിചെയ്യുന്ന അപൂർവാവസരങ്ങളിൽ അമ്മ അച്ഛന്റെ രണ്ടാം മുണ്ടിനെ കളിയാക്കും, “പരമശിവന്റെ കഴുത്തിലെ പാമ്പുപോലും പത്തി വെളിയിലിടും. ഇവിടൊരാളിന്റെ കഴുത്തിലെ പാമ്പിന് പത്തിയുമില്ല, വാലുമില്ല. ഇങ്ങനെ കഴുത്തിൽ ടവ്വൽ ഇറുക്കി ചുറ്റിവെച്ചാൽ ശ്വാസം മുട്ടത്തില്ലേ.” അച്ഛൻ ആ നർമ്മം ആസ്വദിച്ച് ചിരിക്കുമെങ്കിലും തന്റെ രീതികളിൽ ചെറിയമാറ്റംപോലും വരുത്തുകയില്ല. പക്ഷേ, ആ ദിവസം ഇരുവരും കലഹത്തിന്റെ മൂർധന്യത്തിലായതുകൊണ്ട് നർമ്മഭാഷണവും മന്ദഹാസവുമൊന്നും ഉണ്ടായില്ല. സാമാന്യം വലിയ ലതർബാഗെടുത്ത് അച്ഛൻ മുറ്റത്തിറങ്ങി. പൂവരശിന്റെ ചുവട്ടിലിരുന്നു കളിക്കുകയായിരുന്നു ഞാനും കൊച്ചേട്ടനും. അച്ഛൻ അടുത്തുവന്നപ്പോൾ ഞങ്ങൾ ഭയന്ന് എഴുന്നേറ്റു, അഴുക്കു പുരണ്ട നിക്കർബോഡിമാത്രം ധരിച്ച് അന്തം വിട്ടുനിന്ന എന്നെ തൂക്കിയെടുത്ത് അമ്മയുടെ മുഖത്ത് നോക്കാതെ അച്ഛൻ പറഞ്ഞു, “ഇവനെ ഞാൻ കൊണ്ടുപോകുന്നു.” അമ്മ പൂമുഖത്തു നിന്നു മുറ്റത്തേക്കു ചാടിയിറങ്ങി. അച്ഛന്റെ കൈകളിൽനിന്ന് എന്നെ വാരിയെടുക്കാൻ ശ്രമിക്കുന്നതിനിടയിൽ അമ്മ ഉച്ചത്തിൽ പറഞ്ഞു, “സാധ്യമല്ല, പള്ളിക്കൂടത്തിൽ പോകുന്ന എന്റെ കുഞ്ഞിനെ ആ നരകത്തിലേക്കു കൊണ്ടുപോകാൻ സാധ്യമല്ല. നാലക്ഷരം പഠിച്ചുവേണം എന്റെ മക്കൾടെ കണ്ണു തെളിയാൻ.”

കർണാനന്ദകരവും ചിലർക്കൊക്കെ മധുരതരവുമായ രൂക്ഷമായ ഒരു വാക്കായിരുന്നു അച്ഛന്റെ മറുപടി. അമ്മയെ പിരിയുന്നതിൽ എനിക്കു ദുഃഖമുണ്ടായിരുന്നു. അച്ഛന്റെ വീട്ടിൽനിന്നു ലഭിക്കുന്ന സ്വീകരണത്തെപ്പറ്റി ഉൽക്കണ്ഠയുമുണ്ടായിരുന്നു. എങ്കിലും ബസ് യാത്രയോടുള്ള കൗതുകം എന്റെ മനസിൽ നിറഞ്ഞു. അച്ഛൻ എന്നെയും കൊണ്ടേ പോകൂ എന്നുറപ്പായപ്പോൾ അമ്മ ഒരു കോംപ്രമൈസിലെത്തി.

"അവനെ താഴെ നിർത്ത്. ഞാൻ അവന്റെ മേലൊന്നു കഴുകി ഒരു നല്ല ഉടുപ്പെങ്കിലും ഇടീക്കട്ടെ."

കൊച്ചേട്ടൻ നിസ്സഹായനായി നോക്കി നിന്നു. അമ്മ എന്നെ കുളിപ്പിച്ചു. ഉള്ളതിൽ ഭേദപ്പെട്ട ഒരു ഷർട്ടും നിക്കറും ഇടീച്ചു. രണ്ടു ഷർട്ടും ഒരു നിക്കറും ഒരു തുണിസഞ്ചിയിലാക്കി എന്റെ കയ്യിൽ തന്നു. എന്നിട്ട് കലിയടങ്ങാതെ അച്ഛനെയും എന്നെയും മാറിമാറിനോക്കി.

"സമയത്ത് കുളിക്കണമെന്നോ നനയ്ക്കണമെന്നോ ഉള്ള വിചാരം പോലുമില്ലാത്ത വൃത്തികെട്ട കൂട്ടങ്ങളാ, ഷർട്ടും നിക്കറും മുഷിയുമ്പം നീ തന്നത്താനെങ്കിലും ഒന്നു കഴുകിയിടണം." അമ്മയുടെ ഭർതൃബന്ധുക്കളെക്കുറിച്ചുള്ള വർണനന സഹിക്കാതെ അമ്മയെ അടിക്കാനായി അച്ഛൻ ചാടി വീണു. അമ്മ പിന്നോക്കം മാറി വരാന്തയിലേക്കു കയറി. ആംഗികാഭിനയം അൽപ്പനേരംകൂടി തുടർന്നതിനുശേഷം എന്റെ കൈപിടിച്ച് അച്ഛൻ നടന്നു.

നിറഞ്ഞ കണ്ണുകളോടെ കളിക്കൂട്ടുകാരൻ കൂടിയായ അനുജൻ പോകുന്നതുനോക്കി കൊച്ചേട്ടൻ വീട്ടുമുറ്റത്തു നിന്നു. അച്ഛനും ഞാനും ഇടവഴിയിലെത്തിയപ്പോൾ അമ്മ പിന്നാലെ ഓടിയിറങ്ങി വന്നു. മൂവാണ്ടൻ മാവിന്റെ ചുവട്ടിൽനിന്ന് അമ്മ പൊട്ടിക്കരയുന്നതുകണ്ടപ്പോൾ എനിക്കും കരച്ചിൽ വന്നു. വേദനിക്കുംവിധം ബലം പ്രയോഗിച്ച് എന്നെ പിടിച്ചുവലിച്ച് അച്ഛൻ നടന്നു.

ബസ്സിൽ ഡ്രൈവറുടെ പാർശ്വഭാഗത്തുള്ള സീറ്റിലാണ് ഞാനും അച്ഛനും ഇരുന്നത്. ഓടുന്ന മരങ്ങളും വീടുകളും എന്നെ ആകർഷിച്ചെങ്കിലും എന്റെ മുഖം വാടിയിരുന്നു. എന്റെ മുഖത്തും അച്ഛന്റെ മുഖത്തും മാറിമാറിനോക്കി അനുഭവ സമ്പന്നന്റെ മട്ടിൽ ഡ്രൈവർ ചോദിച്ചു.

"പിള്ളേച്ചൻ ഭാര്യോമായിട്ടു പെണങ്ങിവരുവാന്നു തോന്നുന്നല്ലോ, മോന്റെ മൊഖത്തിനൊരു വാട്ടം. പിള്ളേച്ചന്റെ മൊഖത്തു ദേഷ്യം."

"അതെ." ദൃഢസ്വരത്തിൽ അച്ഛൻ പറഞ്ഞു. "നെനക്കറിയാമോടാ ചാക്കോ..ഭാര്യവീട്ടിൽ താമസിക്കുന്നവന് ഭാര്യവീട്ടിലും സ്ഥാനമില്ല. സ്വന്തം വീട്ടിലും സ്ഥാനമില്ല."

"ഈ കുഞ്ഞ് ഹരിപ്പാട്ടല്ലേ പഠിക്കുന്നത്?"

"ഇപ്പോഴതെ. ഇവനെ എന്റെ കൂടെ നിർത്തി തോനയ്ക്കാട് എം പി സ്കൂളിൽ ചേർത്താലെന്താന്നാ ഞാനാലോചിക്കുന്നത്."

"പിള്ളച്ചേട്ടന്റെ വീട്ടുകാർ കേൾവികേട്ട വീട്ടുകാരല്ലേ. അവരതിനു സമ്മതിക്കുമോ?"

"എന്തോന്നു കേൾവി? കണക്കു പറഞ്ഞാൽ എനിക്കാ കൂടുതൽ സ്വത്ത്. എന്റെ ഭാഗമൊന്നു കിട്ടിക്കോട്ടെ."

തഴക്കരയിൽ ബസ് നിർത്തി. അച്ഛനും ഞാനും ഇറങ്ങി. ബസ് അകന്നു കഴിഞ്ഞപ്പോൾ എന്റെ മനസിൽ ഭയം നിറഞ്ഞു. അതു ശ്രദ്ധിക്കാതെ അച്ഛൻ പറഞ്ഞു:

"ഇനി നടന്നേ പറ്റൂ. നടന്നു പഠിക്കണം. അച്ഛനെപ്പോലെ അധ്വാനിക്കണം. വേഗം വാ."

അച്ഛന്റെ നിഴലുപോലെ ഉള്ളിൽ വിങ്ങുന്ന പേടിയും സങ്കടവും ഒതുക്കി ഞാൻ നടന്നു. തഴക്കരെനിന്നും വഴുവാടിവഴി നടന്ന് പൊറ്റേക്കടവിലെത്തണം. അച്ചൻകോവിലാറ് കടത്തുവള്ളം വഴി കടന്ന് അക്കരെയെത്തിയാൽ തോനയ്ക്കാട് എന്ന ഗ്രാമമായി. ചെറിയനാട്, പെരിങ്ങേലിപ്പുറം, എണ്ണയ്ക്കാട് എന്നീ ഗ്രാമങ്ങൾക്കിടയിൽ അധികമൊന്നും അറിയപ്പെടാതെ കിടന്ന ഒരു കുഗ്രാമമായിരുന്നു അക്കാലത്ത് തോനയ്ക്കാട്...

അച്ഛൻ എന്നെ കൊണ്ടുപോയത് സ്വന്തം തറവാടു വീട്ടിലേക്കോ ബന്ധുവീടുകളിലേക്കോ ആയിരുന്നില്ല. ഒരു വിശാലമായ പുരയിടത്തിന്റെ മധ്യത്തിലായി നിർമിച്ചിരിക്കുന്ന ഒരു വലിയ ഏറുമാടത്തിലേക്കായിരുന്നു. മരംകൊണ്ടുമാത്രം പണിതുയർത്തിയ ഒരു സെമി പെർമനന്റ് സ്ക്ട്രച്ചർ. അനേകം കൊമ്പുകൾ നാട്ടി അതിനുമേൽ രണ്ടിഞ്ചു കനവും ഒരടിയും ഒന്നരയടിയും വീതിയുമുള്ള മരപ്പലകകൾ അടിച്ച് വീടിന്റെ പ്ലാറ്റ്ഫോം തറയാക്കിയിരിക്കുന്നു. മണൽനിരപ്പിൽനിന്ന് ഏതാണ്ട് നാലടി ഉയരത്തിലാണ് ഈ പ്ലാറ്റ് ഫോം. മരപ്പലകകൾകൊണ്ടുതന്നെ ചുമരുകൾ. ഓലമേഞ്ഞ ബലമുള്ള വീട്. യോഹന്നാൻ എന്ന ചെറുപ്പക്കാരനാണ് അച്ഛന്റെ പ്രധാന സഹായി. ഒപ്പം തറവാട്ടിലെ തലപ്പുലയനായ ചാത്തന്റെ ബന്ധുക്കളായ രണ്ടു ചെറുമരും. പാചകവും തുണിയലക്കലുമൊക്കെ യോഹന്നാന്റെ വകുപ്പുകളിൽപ്പെടുന്നു. ഒരു കാലിൽ ലേശം നീളക്കുറവുള്ളതുകൊണ്ട് യോഹന്നാന്റെ നടപ്പിന് ഒരു പ്രത്യേക താളമുണ്ട്.

യോഹന്നാനെ അച്ഛൻ ലോനാച്ചൻ എന്നാണു വിളിക്കുക.

അത്ഭുതത്തോടെ അച്ഛന്റെ വാസസ്ഥലം നീരിക്ഷിച്ച എനിക്ക് ലോനാച്ചൻ ചുടുചായയും പുഴുങ്ങിയ കപ്പയും തന്നു.

"ഈ വീട്ടിലാണോ നമ്മൾ താമസിക്കുന്നത്?" ഞാൻ അച്ഛനോടു ചോദിച്ചു.

"ഇത്തരം വീടുകളിലും താമസിച്ചു പഠിക്കണം" അച്ഛൻ പറഞ്ഞു.

ഞാനാകെ തളർന്നു. എത്രയും വേഗം അമ്മയുടെയും ചേട്ടന്മാരുടെയും അടുത്തെത്തണമെന്നു തോന്നി. അച്ഛൻ പുറത്തുപോയപ്പോൾ ലോനച്ചൻ പറഞ്ഞു: "തമ്പിക്കുഞ്ഞ് കാര്യങ്ങളൊന്നും അറിഞ്ഞില്ലല്ലോ. ഭാഗം നടത്താത്തതുകൊണ്ട് പിള്ളേച്ചൻ വല്യമ്മാവനുമായി പിണങ്ങി. ഇഷ്ടമൊള്ള സ്ഥലം കയ്യേറി താമസമാക്കി. ആറ്റിന്റെ കരേൽ. മലക്കറി

കൃഷിയും ചാത്തേക്കുറ്റിയിൽ കപ്പക്കൃഷിയും തൊടങ്ങി.' കൃഷിയുടെ കാര്യത്തിൽ പിള്ളേച്ചനെ തോൽപ്പിക്കാൻ നായന്മാരുടെ കൂട്ടത്തിൽ മാത്ര മല്ല, ദേ, ഞങ്ങടെ കൂട്ടത്തിലും ഒരുത്തനുമില്ല." ലോനാച്ചൻ തന്റെ മുത ലാളിയെ പുകഴ്ത്തിക്കൊണ്ടിരുന്നു. അച്ഛന്റെ മഹത്വം അമ്മ അറിയാ ത്തതിൽ ഞാൻ ദുഃഖിച്ചു.

അത്താഴത്തിന് ലോനാച്ചൻ ഉണ്ടാക്കിയ കറികളൊന്നും എനിക്കി ഷ്ടപ്പെട്ടില്ല. അയാൾ തവി തന്റെ ചുണ്ടോടടുപ്പിച്ച് കറിയുടെ രുചി നോക്കിയിട്ട് കഴുകാതെ വീണ്ടും കറിച്ചട്ടിയിലിട്ടു. ലോനാച്ചന്റെ തുപ്പല ലിഞ്ഞ ആ കറികൾ ഞാൻ കഴിച്ചില്ല. അച്ഛൻ എന്നെ ശകാരിച്ചു. മക്കളെ 'തെറ്റായ രീതിയിൽ' വളർത്തുന്ന സ്വന്തം ഭാര്യയുടെമേൽ പഴികളും ചാരി.

നിലത്തേക്ക് ഉരുണ്ടു വീഴാത്ത മട്ടിൽ അച്ഛന്റെ അരികിലായി എന്നെ കിടത്തി. ആകെയുള്ള ഒരു തലയണ എനിക്കു തന്നു. ബീഡി വലിച്ചു കൊണ്ട് ഉറങ്ങാതിരിക്കുന്ന അച്ഛനെ കണ്ടപ്പോൾ എനിക്കു പിന്നെയും കരച്ചിൽ വന്നു. കരഞ്ഞു തളർന്ന് ഞാനുറങ്ങി.

ഉദയത്തിനു മുമ്പുതന്നെ അച്ഛനുണർന്നു. എന്നെയും വിളിച്ചു ണർത്തി. അച്ഛനും ലോനാച്ചനും ഞാനും ആറ്റിൻകരയിലേക്കു നടന്നു.

മലക്കറിത്തോട്ടത്തിനടുത്തെത്തിയപ്പോൾ അത്ഭുതംകൊണ്ട് ഞാൻ പുതിയൊരാളായി. നോക്കെത്താത്ത ദൂരംവരെ നീണ്ടു കിടക്കുന്ന പടവ ലപ്പന്തലുകൾ. പല രൂപങ്ങളിലും വലുപ്പത്തിലും വിളഞ്ഞു തൂങ്ങുന്ന പടവലങ്ങൾ.

"ഇതു മുഴുവനും അച്ഛന്റേതാണോ?" "അതെ, എന്റേതുമാത്രം." അച്ഛൻ തലയുയർത്തിപ്പിടിച്ചു നടന്നു. ചെറുമന്മാരും ചെറുമികളും പട വലച്ചുവടുകൾ നനയ്ക്കുന്നതു നോക്കി ഞാൻ നിന്നു.

നിലത്തു കമിഴ്ന്നു കിടന്ന് അന്തമില്ലാതെ കിടക്കുന്ന പടവലങ്ങ ളുടെ ഭംഗി ആസ്വദിച്ചു. അന്ന് എന്റെ മനസാകെ ക്യാമറയിൽ തെളിഞ്ഞ ആ ലോ ആങ്കിൾ ഷോട്ടും എന്നെ ചലച്ചിത്രസംവിധായകനാക്കുന്നതിൽ ഒരു പങ്കുവഹിച്ചിട്ടുണ്ടാകാം. ഒരാഴ്ച ഞാൻ അച്ഛനോടൊപ്പം താമസിച്ചു. പടവലങ്ങയുടെയും മരിച്ചീനിവിളയുടെയും സൗന്ദര്യം ആസ്വദിച്ചു. പക്ഷേ, അമ്മയെ കാണണമെന്ന മോഹം ആ സൗന്ദര്യങ്ങൾക്കെല്ലാം മേലെ പെയ്യാൻ തയാറായ മേഘമായി നിന്നു.

എട്ടാംദിവസം പൊട്ടിക്കരഞ്ഞുകൊണ്ട് ഞാൻ പറഞ്ഞു, "എനി ക്കെന്റമ്മയെ കാണണം." അച്ഛന്റെ മുഖത്ത് ഒരു വല്ലാത്ത ഭാവം മിന്നി മറഞ്ഞു. കൈവീശി അച്ഛൻ എന്റെ കരണത്തടിച്ചു. ചെവികൊട്ടിയടയ്ക്കു ന്നതായി എനിക്കു തോന്നി. എനിക്കു കണ്ണുകാണാതായി. കേൾവിശക്തി നശിച്ചതായി തോന്നി. ഇരുട്ടിൽ, വേദനയുടെ കഷണംപോലെ നടുങ്ങി നിൽക്കുമ്പോൾ അച്ഛൻ ലോനാച്ചനോടു പറഞ്ഞു, "ഇവനെ തള്ളേട ടുത്തു കൊണ്ടുപോയി വിട്." ഞാൻ അങ്ങനെ ഹരിപ്പാട്ടെത്തി. അമ്മ മുണ്ടിന്റെ കോന്തലകൊണ്ട് എന്റെ കണ്ണീരും സ്വന്തം കണ്ണീരും ഒപ്പി.

രണ്ടുദിവസം കഴിഞ്ഞ് വർധിച്ച മനോരോഗവുമായി ഉച്ചത്തിൽ പാട്ടുകൾ പാടി അച്ഛനും വന്നു. അമ്മയും ജോലിക്കാരും ചേർന്ന് അച്ഛനെ മുറിയിലാക്കി വാതിലടച്ചു.

കായംകുളത്തുനിന്ന് വൈദ്യരെ വരുത്താനും ചികിത്സ നടത്താനും ഇനിയെന്താണു വിൽക്കേണ്ടതെന്നറിയാതെ അമ്മ ചിന്തയിൽ മുഴുകി.

നോക്കെത്താത്ത ദൂരംവരെ പടർന്നുകിടന്ന ആയിരക്കണക്കിനു പടവലങ്ങളിൽ ഒരെണ്ണംപോലും അധ്വാനശീലനായ അച്ഛനു കിട്ടിയില്ല. അച്ഛന്റെ ബന്ധുക്കൾ വിളവെടുപ്പു നടത്തി. രോഗിയായ അച്ഛനെ പരിഹസിച്ച് അവർ ആ അധ്വാനഫലം ആഘോഷമാക്കി. ഒന്നുമറിയാതെ അച്ചൻകോവിലാറ്റിലെ അലകൾ തുടർന്നൊഴുകി.

പിന്നെയും എത്രയോ വർഷങ്ങൾക്കു ശേഷമാണ് ഞാൻ ആ ഓളങ്ങളെ കുറിച്ചു പാടിയത്, “അച്ചൻകോവിലാറ്റിലെ കൊച്ചോളങ്ങളേ....”

Printed by Libri Plureos GmbH in Hamburg,
Germany